കിരണം തുന്നിയ കൈലേസ്

Nadakkavu, Kozhikode, Kerala, 673011
www.insightpublica.com
e-mail: insightpublica@gmail.com
Title: **Kiranam Thunniya Kailes**
(Malayalam Poems)
Author: **Sreelekshmi A.R.**
Cover: **Vaisakh Kannanthanath**
First Edition: April 2023

Printed and Published by
InsightinPublica Printers & Publishers Pvt. Ltd.
ISBN 978-93-5517-364-5

കിരണം തുന്നിയ കൈലേസ്

കവിതകളും കുറിപ്പുകളും

ശ്രീലക്ഷ്മി എ.ആർ.

INSIGHT PUBLICA ®

കണ്ണൂർ ജില്ലയിലെ ആലക്കോട് ജനനം. റിട്ട്. ഹെഡ്മിസ്ട്രസ് എ.ആർ. ഗീതകുമാരിയുടേയും സി. കെ. രാജൻ പിള്ളയുടേയും മകൾ. ആലക്കോട് എൻ.എസ്.എസ്. ഹയർ സെക്കന്ററി സ്കൂൾ, അമൃത സ്കൂൾ ഓഫ് ആർട്സ് ആൻഡ് സയൻസ് കൊച്ചി, തളിപ്പറമ്പ ആർട്സ് ആൻഡ് സയൻസ് കോളേജ്, ജേബീസ് ട്രെയിനിങ് കോളേജ് ഓഫ് ബി. എഡ്. കൂറ്റൂർ, പ്രൈം സ്കൂൾ ഓഫ് അഡ്വാൻസ്ഡ് സ്റ്റഡീസ് എന്നിവിടങ്ങളിൽ പഠനം.

ആലക്കോട് എൻ.എസ്. എസ്. ഹയർസെക്കന്ററിയിലും, സർ സയ്യിദ് ഇൻസ്റ്റിറ്റ്യൂട്ട് ഫോർ ടെക്നിക്കൽ സ്റ്റഡീസിൽ കൊമേഴ്സിലും അധ്യാപനം. പ്രകൃതിദത്ത നിറങ്ങളും ബ്ലോക്ക് പ്രിന്റിംഗും സാങ്കേതികതയും സംയോജിപ്പിച്ച് സസ്റ്റൈൻബിൾ ആയ വസ്ത്രനിർമാണം പാഷനായി തെരഞ്ഞെടുത്തു. ഇപ്പോൾ ആലക്കോട്, ക്ലോത്തിങ് ബ്രാൻഡ് ലാക്സ് ഡെസിനോ എന്ന സ്ഥാപനം നടത്തുന്നു.

വിലാസം:
ശ്രീലക്ഷ്മി.എ. ആർ,
ഐശ്വര്യ ഹൗസ്,
ആലക്കോട് (പി ഒ),
കണ്ണൂർ 670571.
9497600411
Sreelakshmiar79@gmail.com

ശ്രീലക്ഷ്മി എ.ആർ.

ഉള്ളടക്കം

കവിതകൾ

നൊസ്റ്റാൾജിയക്കുറിപ്പുകൾ

അവതാരിക

ചായം മറിഞ്ഞ താഴ് വാരങ്ങൾ

സിന്ധു കെ.വി.

മാനവികതയും പ്രകൃത്യാവബോധവും ശരിയായ അനുപാതത്തിൽ ഉൾക്കൊണ്ട കവിയായിരുന്നു കാളിദാസൻ.

അഭിജ്ഞാനശാകുന്തളത്തിന്റെ ആദ്യഭാഗത്ത് വേനൽക്കാലത്ത് പ്രകൃതി നൽകുന്ന ആസ്വാദ്യകരമായ അനുഭവങ്ങളെകുറിച്ചുള്ള ഒരു വർണ്ണനയുണ്ട്.

'നീരാടുവാൻ കൗതുകമേറെ വളർന്നിടുന്നു
ചേരുന്നു പാതിവിരിഞ്ഞ മണം മരുത്തിൽ
പാരാതുറക്കമുളവാം തണലത്തണഞ്ഞാൽ
പാരം സുഖാവഹമഹസ്സിലെരിഞ്ഞടങ്ങും'

എവിടെ നോക്കിയാലും പ്രകൃതിയും മനുഷ്യനും ഒരേ മാനസിക വ്യാപാരമുള്ള സഹജീവികളായി ഇഴചേർന്ന് ജീവിക്കുന്നത് ശാകുന്തളത്തിൽ നമ്മൾ കാണുന്നു.

'താനേ തൊണ്ട നനക്കയില്ലിവൾ നനച്ചീടാതെയീ നിങ്ങളെ
ത്താവും കൗതുകമെങ്കിലും കരുണയാൽ
പൊട്ടിച്ചിടാപല്ലവം
പൂരിക്കുന്നിതെവൾക്കു നിങ്ങൾ പുതുതായ് പൂക്കുന്ന നാളുത്സവം
പൂകുന്നു പതിഗേഹമായിവളിതാ, നൽകീടുവിൻ സമ്മതം'

ശകുന്തളയെ കുറിച്ച് കണ്വമഹർഷി പറയുന്ന ഈ പരാമർശം കൃതിയിലെ മനോഹരമായ ഒരു കാവ്യസന്ദർഭമായി മാറുന്നു. അതിന്

കാരണം പ്രകൃതിയുമായി ചേർന്നുകൊണ്ടുള്ള ശകുന്തളയുടെ ഒരു സഹജീവിതചിത്രണമാണ്. മനുഷ്യരെന്നോ മൃഗങ്ങളെന്നോ സസ്യലതാദികൾ എന്നോ ഭേദമില്ലാതെ പരസ്പരം പേര് ചൊല്ലി വിളിക്കാൻ മാത്രം ഓരോരുത്തർക്കും ഇടമുള്ള തപോവനം. കണ്വാശ്രമത്തിൽ നിന്നും ദുഷ്യന്തന്റെ കൊട്ടാരത്തിലേക്ക് പോകുന്ന ശകുന്തള മലയപർവതത്തിൽ നിന്നും പറിച്ചെടുത്ത ചന്ദനം പോലെ ദേശാന്തരത്തിൽ എങ്ങനെയാണ് താൻ ജീവധാരണം ചെയ്യുന്നത് എന്ന് ആധി പൂണ്ട് നിൽക്കുന്ന ഒരു ചിത്രമുണ്ട്. അവളെ ആശ്രമം യാത്രയാക്കുന്ന ഭാഗവും ഹൃദയസ്പൃക്കായ മറ്റൊരു ദൃശ്യമാണ് :

'മേയുന്ന പുല്ലും മറിമാൻ മറന്നു
ചെയ്യുന്ന നൃത്തം മയിലും നിറുത്തി

പായുന്ന കണ്ണീർക്കണമെന്നപോലെ പെയ്യുന്നിതേ വെള്ളില വള്ളിതോറും'

സഹജഭാവത്തിൽ ഒരു പെൺകുട്ടി തന്റെ ചുറ്റുപാടിൽ വളർന്നുവരുന്ന കാഴ്ച, അത് സാഹിത്യകൃതികളിൽ ആകുമ്പോൾ വല്ലാത്തൊരു ആത്മഭാവത്തോടെ രംഗം വായനക്കാരുടെ മനസ്സിനകത്തേക്ക് പ്രവേശിക്കുന്നു. കാവ്യസൗന്ദര്യത്തെ അതിന്റെ പരമാവധിയിൽ നമ്മളറിയുന്നു.

സത്യത്തേയും നന്മയേയും സൗന്ദര്യത്തേയും ഏകീകരിക്കുന്ന സാംസ്കാരികമൂല്യം കലാകാരന്റെ വ്യക്തിമുദ്രയോടു കൂടി ഉചിതമായ രൂപങ്ങളിൽ ആവിഷ്കരിക്കുകയാണ് സുകുമാരകലകളുടെയെല്ലാം പരമമായ ലക്ഷ്യമെന്ന് സൗന്ദര്യനിരീക്ഷണത്തിൽ ശ്രീ.എം പി പോൾ പറയുന്നുണ്ട്.

ശ്രീലക്ഷ്മിയുടെ 'കിരണം തുന്നിയ കൈലേസി'ലൂടെ കടന്നുപോയപ്പോൾ എന്തുകൊണ്ടോ കണ്വാശ്രമത്തേയും ശകുന്തളയേയും ഓർത്തു. പൂക്കളോടും നിറങ്ങളോടും തനിക്ക് ചുറ്റുമുള്ള എന്തിനോടും സംസാരിച്ചുകൊണ്ട് അവർക്കൊപ്പം സന്തോഷം അനുഭവിച്ചുകൊണ്ട് പ്രകൃതിയുമായി

ഇണങ്ങിച്ചേർന്നുള്ള ഒരു ജീവിതം ഈ കൃതിയിൽ നമുക്ക് കണ്ടെത്താനാകുന്നു. അതുപറയാനായി അവർ സ്വീകരിച്ചിരിക്കുന്ന ഭാഷയും അങ്ങേയറ്റം നിർമലമായതാണ്. അലങ്കാരികതകളോ മറ്റാടയാഭരണങ്ങളോ ഇല്ലാതെ സ്വതസിദ്ധമായ ജീവിതഭാഷയിൽ വായനക്കാരോട് സംസാരിക്കുക എന്ന ലളിതമായ കാവ്യരസതന്ത്രമാണ് ഈ കൃതിയെ ഹൃദയത്തോട് അടുപ്പിക്കുന്നത്. ഒഴുക്കോടെ വായിച്ചു പോകാൻ നമ്മെ

സഹായിക്കുന്നത് എഴുത്ത് പുലർത്തുന്ന സത്യസന്ധതയാണ്.

'ചേർത്ത് പിടിച്ചൊന്ന് മണത്തു നോക്കിയാട്ടെ
സ്നേഹം ബെരും താനേ!
മഞ്ഞളിന് മണമുള്ള മഞ്ഞപ്പെണ്ണേ...

ഹൽദി എന്ന കവിതയിൽ ശ്രീലക്ഷ്മി ഇങ്ങനെ നിറത്തെ മണത്തെ ടുക്കുന്നു. നിറത്തെ മണക്കാനാവുക, പ്രേമിക്കാനാവുക. മഞ്ഞയെ മഞ്ഞളായി മണത്ത് നോക്ക്, സ്നേഹം വരും എന്ന് പറഞ്ഞുതരും പോലെ.

പൂവും പാട്ടും തേനീച്ചക്കൂട്ടവും ചേർന്ന ആവാസവ്യവസ്ഥയിലേക്ക് കടന്നുചെല്ലുന്ന ഒരു രംഗമുണ്ട് 'വിരഹം' എന്ന കവിതയിൽ. നിറയെപ്പൂത്ത കുവളമുല്ലയെ തിരക്കി കാലത്ത്ചെന്നപ്പോൾ

'കുവളമുല്ലയിലെ പൂക്കൾ
പാടെ കൊഴിഞ്ഞു വീണിരിക്കുന്നു
പരിഭവം പറഞ്ഞ് തേനീച്ചക്കുഞ്ഞുങ്ങൾ ചുറ്റം പാറിപ്പറക്കുന്നുണ്ട്'

രാവിൽ എപ്പോഴോ വിരിഞ്ഞ ആ മുല്ലപ്പൂക്കളുടെ വാസനയേറ്റ ഉറക്കവും ഉറക്കത്തിനിടെ മുഖത്തിറ്റിയ മഴത്തുള്ളിയും സ്വപ്നമായിരുന്നോ? പൂവിരിയാനായി കാത്തിരിപ്പിന്റെ കൂട്ടങ്ങളുണ്ടായിരുന്നു. അടക്കിയാലും പുറത്തെത്തുന്ന ഗന്ധമുണ്ടായിരുന്നു. ഒരു രാവിന്റെ ആയുസ്സിന് ഒരു ജന്മത്തിന്റെ സുഗന്ധം.

'അയ്യോ' എന്ന കവിതയിൽ

ജനൽപ്പാളിയിലൂടെ ഊർന്നിറങ്ങുന്ന മഴത്തുള്ളിക്ക് പൊള്ളലേൽക്കുന്നു. മഴ പൊള്ളിച്ചവരുണ്ട്. എന്നാൽ മഴത്തുള്ളിക്ക് പൊള്ളലേറ്റാലോ.'തീക്കും തന്നുള്ളിലേ തോന്നിത്തുടങ്ങീ താൻ തീക്കായ വേണമെനിക്കു ചെമ്മേ ' എന്ന ശീതകാല വർണ്ണനയിലെ ചെറുശ്ശേരിയുടെ കാവ്യപരിസരം ഓർക്കാതെ ഇവിടം വായിച്ചുപോകാനാവില്ല.

'നൊസ്റ്റാൾജിയക്കുറിപ്പുകൾ' എന്ന രണ്ടാം ഭാഗത്തിൽ ഈ കാഴ്ചകൾതന്നെ ഗ്രാമീണതയുടെ നിവരുന്ന വിസ്തൃതമായ മറ്റൊരു ദൃശ്യവിരുന്നായി മാറുന്നത് കാണാം. ഗ്രാമങ്ങളിൽ നിന്നും പഠനാർഥം നഗരത്തിലേക്കു യാത്രയാകുന്ന കുട്ടികൾ ബസ്സിനകത്തും

പുറത്തുമനുഭവിക്കുന്ന ദുരിതങ്ങൾ. ഒന്ന് നിന്നു കിട്ടാനായി നടത്തിയ 'കാൽവശാവകാശ' സമരങ്ങൾ! ശരീരത്തിലെ സകല നെട്ടും ബോൾട്ടുമൂരുന്ന എത്രയെത്ര 'ഹാജി വളവുകൾ'! പരിഹാസത്തിനും പരിധിയുണ്ടെന്ന് പറഞ്ഞു തരുന്ന നാണിയമ്മമാർ. കൂട്ടുപോയ എത്രയോ

കുഞ്ഞൻ മാങ്ങയണ്ടികൾ! ഇഴപിരിയൻ തോർത്തിൽ പിടിച്ച മീൻ കുഞ്ഞുങ്ങൾ. കിറുക്കൻ ട്യൂഷൻ ക്ലാസുകൾ. ചില്ല ഭരണികൾ...

മദ്യപാനിയിലെത്തുമ്പോഴേക്കും ആ കുറിപ്പുകൾക്ക് കനം വയ്ക്കുന്നുണ്ട്. ആര് എന്ന് വ്യക്തമല്ലാത്ത ഒരാൾ , പണി കേറി വീട്ടു തേടിപ്പോകുന്ന ഏതോ ഒരു കർഷകനാവാം, അവശനായൊരു വൃദ്ധനാവാം , ഗ്രാമചിത്രങ്ങൾക്ക് പരിചിത കാഴ്ചയാണ്. അയാൾ ഉള്ളംകയ്യിൽ മുറുകെ പിടിച്ച പലഹാരം. മദ്യലഹരി. മരണത്തിന്റെ കൊതിപ്പിടുത്തം. പിടച്ചിൽ... പ്രകാശം. ആ പ്രകാശത്തിനു കാരണം അയാളുടെ കൈപ്പിടിയിൽ ആനന്ദ നൃത്തം വച്ച കുഞ്ഞനുറുമ്പുകളുടെ പ്രാർഥനയാണെന്ന് കണ്ടെത്താൽ നിതാന്ത ജാഗ്രതയുള്ള ഒരു കവിക്കേ കഴിയൂ.

വീടിന്റെ പുറകു വശത്തായി നിന്ന പഞ്ചുത്തൊഴുത്ത് ഫൈവ്സ്റ്റാർ കോഴിക്കൂടായതും അതിനകത്ത് കോഴികൾ കൊത്തിപ്പറിച്ചും തമ്മിലുരുമ്മിയും ജീവിതം ജോറാക്കിയതും ഒരു നാൾ,

'കൂട്ടിൽ നിന്ന് ഒരു കോഴിപ്പെണ്ണ് ഒച്ച കൂട്ടിപ്പറഞ്ഞു
മുട്ട ഇട്ടിട്ടുണ്ടേ,
ഞാൻ രണ്ടു മുട്ട ഇട്ടിട്ടുണ്ടേ...'

കൊക്കരക്കോ താളത്തിൽ തന്നെ വായിച്ചെടുക്കണം. പൂവനുമായി ഏറ്റുമുട്ടി നേടിയ ഒരു മുട്ടവിജയം കഥയാണത്. ഇത്തരം നാട്ടുകാഴ്ചകളുടെ ഘോഷയാത്രയാണ് കൈലേസ് നയിക്കുന്നത്.

പ്രകൃതിയുടെ ഈ താളമല്ലേ കല. പരസഹായമില്ലാതെ അതനുഭവിപ്പിക്കലല്ലേ സാഹിത്യം.

ഈ കുറിപ്പ് ശ്രീലക്ഷ്മിയുടെ 'കിരണം തുന്നിയ കൈലേസ് ' വായിച്ചപ്പോൾ എനിക്കുണ്ടായ തോന്നലുകളാണ്. നിങ്ങൾക്കും അവ മറ്റെന്തോ കരുതിവച്ചിട്ടുണ്ട് തീർച്ച.

കവിതകൾ

കുമ്മാട്ടിക്കൊരു കത്ത്

എത്രയും പ്രിയപ്പെട്ട കുമ്മാട്ടിക്ക്...,
എന്റെ രാത്രികൾക്ക്
എന്നും കുമ്മാട്ടിപ്പാട്ടിന്റെ താളം;
ന്റെ ബാല്യത്തിന്
കുമ്മാട്ടിയുടെ ഓർമകൾ;
മുരിക്കിൻ പൂവ്
വിരലിൽ തുപ്പല് തേച്ചൊട്ടിച്ച് യക്ഷിയായി വിലസിയും..
പൊന്തക്കാട്ടിൽ ഒളിച്ചിരുന്നും..
ചാർത്തിലെ ഇരുട്ടിൽ
പ്രേതകഥകൾ പറഞ്ഞും..
എവിടെയോ പാല പൂത്തിട്ട്ണ്ട്...ന്ന് മുത്തശ്ശി പറയവെ
ആകാംക്ഷയോടെ
നോക്കിയിരുന്നും....
ഭൂതപ്രേതങ്ങൾ
നാമജപത്താൽ ഓടിപ്പോവുംന്ന് കരുതി
നിർത്താതെ മത്സരിച്ച ജപിച്ചും..
ഇപ്പിപ്പോൾ
എത്ര വായിച്ചാലും മതിവരാത്ത താളുകൾ പോലെയായി.
ഒടുവിൽ..
കാലങ്ങളുടെ നീണ്ട മന്ത്രവിദ്യയിൽ ഒക്കെയും
മാഞ്ഞുമാഞ്ഞില്ലാണ്ടുമായി.

ജനൽക്കാഴ്ചകൾ

രാത്രിയോടടുക്കും തോറും
സന്ധ്യ മൗനിയാവും.
നെടുവീർപ്പോടെ
കാറ്റ് എതിർദിശയിലേക്ക് വീശും..
നോക്കി നിന്നു -
നിശ്ചലത തന്നെ!!

പാടവരമ്പിന്റെ നിശബ്ദതയിൽ ഉത്തരമില്ലാതെ
അങ്ങനെ നിന്നു, കൊക്കും;
ബംഗാളികൊയ്ത്തുപാട്ടിന്റെ ഈണത്തിൽ പറന്നകന്ന് പക്ഷി,
ക്കൂട്ടങ്ങളായി.
അമ്പലങ്ങളിൽ മിന്നിയ
പൊടിവിളക്കുകളും,
പൊന്തക്കാട്ടിലേക്ക് തിരക്കിട്ടു
ബഹളം കാട്ടി ചേക്കേറിയ വവ്വാലുകളും,
ചലനം അറിയാതെ ഒഴുകിക്കൊണ്ടേയിരുന്ന
മേഘക്കുഞ്ഞുങ്ങളും...

അതൊക്കെയായിരുന്നു
ന്റെ ട്രെയിൻയാത്രയുടെ ചന്തങ്ങൾ..
●

നഷ്ടം

പെട്ടെന്ന്
എവിടെ നിന്നോ വന്ന
ആ വിളിയിൽ
ഉണ്ടക്കണ്ണുകൾ തിളങ്ങി..

അപ്രത്യക്ഷമാവും മുന്നേ
അവൾ ആർത്തിരമ്പി..
നിധി വീണു കിട്ടിയ പോലെ.

തന്റെ നെഞ്ചോട് ചേർക്കാൻ ആയുന്ന കൊതിയിൽ
ചലനമറ്റ കാലുകൾ
അവൾക്കു വേണ്ടി
വേഗത്തിലോടി.
ഒരിക്കലും അടുക്കാനാവില്ല -
അത്ര വേഗത്തിൽ.

●

ലൈഫ്

കേട്ട് പഠിച്ച വരികൾ പാടി
ഓർത്തെടുത്ത് പാടാൻ ശ്രമിക്കും പോലെ
ഇടയ്ക്ക് താളം തെറ്റി..
പിന്നീട് വരികളും -

തപ്പിത്തടയൽ
പാട്ടിന്റെ രസം ഇല്ലാണ്ടാക്കിയോണ്ട്
ആ പാട്ട് തന്നെ പിന്നെ പാടാതായി.

വരികളും താളവും
തെറ്റാതെ കേട്ട് ആസ്വദിക്കാൻപാകം
നിനക്കൊരു കാതുണ്ടല്ലോന്ന് ആരോ അടക്കം പറഞ്ഞു.

●

ഹൽദി

മഞ്ഞയോട് ഇപ്പോ
അടക്കിയാലുമൊതുങ്ങാത്ത സ്നേഹാ.
അതെങ്ങനെ, യപ്പോ?
നിറങ്ങളെ പ്രേമിക്കാൻ പറ്റ്വോ!!
പിന്നില്ലാണ്ട്...
ചേർത്ത് പിടിച്ചൊന്ന് മണത്തു നോക്കിയാട്ടെ.
സ്നേഹം ബെരും, താനേ!
മഞ്ഞളിൻ മണമുള്ള മഞ്ഞപ്പെണ്ണേ...

●

കറുപ്പ്

നിന്നോളം മനോഹരമായ മറ്റേത് നിറമാണ്
എന്റെ
നിറക്കൂട്ടാക്കാൻ!!

വരകളും നിറങ്ങളും ചേർന്നു-
നിനയ്ക്കിത്തിരി ചേല് കൂട്ടി-
ത്തരുമ്പോൾ, ഞാൻ!

എന്നോട് ഒന്ന് ചേർന്നിരുന്നേ നീ..
കണ്ടോ,
സുന്ദരിപ്പെണ്ണിനെ!

●

ഞാൻ

നമുക്ക് ഒരു യാത്ര പോയാലോ,
പോവാം;
കടലു കാണാം...
ന്നിട്ടോ,
തിരകളെ എണ്ണാമാദ്യം?
ആവാം;
അതോ കടൽക്കാറ്റു കൊള്ളണോ??
ഒന്നിനുമല്ല..
തിരകളെ ഒന്ന്
ഒതുക്കണം,
അടക്കവും പഠിപ്പിക്കണം...
●

കണ്ണുനീര്

അകൽച്ചയുടെ നീറ്റലാൽ
ചുണ്ടിലെ ചിരി മങ്ങിയിരുന്നു
അരണ്ട വെളിച്ചത്താൽ പുൽത്തകിടിയിൽ നിന്ന്
ആകാശവും കണ്ടു.

വള്ളിച്ചെടികൾക്ക് അല്പം ഗമ ആയിരുന്നു, ട്ടോ.
കാറ്റിൽ താളം പിടിക്കാതെ നിശ്ചലമായി നിന്നു,
എല്ലാം കാണാൻ.
രാത്രിയുടെ തണുപ്പിൽ
മഞ്ഞു പൊടിഞ്ഞു, തുള്ളികളായ്.
അറിഞ്ഞു -
ചുറ്റും ആരുമില്ലെന്ന്.

നിർത്താനായില്ല...

●

തിരിച്ചറിവ്

കാറ്റിന്റെ കുസൃതിയിൽ
ന്റെ കയ്യിൽ നിന്ന്
പണ്ടെങ്ങോ പറന്നു പോയ
ഒരു കുഞ്ഞുപട്ടം
നിക്ക് പാതിവഴിയിൽ
കളഞ്ഞു കിട്ടിയ പോലെ..
പറക്കാൻ കൊതി പറഞ്ഞിരുന്ന
അതേ പട്ടം...!

ചിറകുകൾ ചിതൽ എടുത്തു. ന്നിട്ടും..
തണുപ്പായി വീശിയ കാറ്റിൽ,
ആ പട്ടം..
ചിറകുവിറച്ച് ചോദിക്കുന്നുണ്ട് :
ന്തേ വരാൻ വൈകുന്നെ..ന്ന്
ആ കാത്തിരിപ്പ്
നിക്ക് സങ്കടമായി വരുന്നുണ്ട്, ട്ടോ..
●

വിരഹം

അതെ,
എന്റെ കുവളമുല്ല നിറയെ
ഇന്നലെ മൊട്ടിട്ടിട്ടുണ്ടായിരുന്നു.
നേരിയ മണവും..
തേനീച്ചകളുടെ പാട്ടുംകേട്ടാണ്
ഞാൻ ചെന്നത്...
മൊട്ടുകൾക്ക് ചുറ്റും
കാത്തിരിപ്പിന്റെ ഒരു ലഹള തന്നെ തമ്പടിച്ചിരുന്നു...
ആരും കാണാതെ രാവാൽ
പൂക്കൾ വിരിഞ്ഞു; പക്ഷെ കൊതിപ്പിക്കുന്ന ഗന്ധം കിട്ടി -
ഞാൻ നോക്കിയപ്പോഴും
തേനീച്ചക്കൂട്ടം കാവലായി
ചുറ്റുമുണ്ടായിരുന്നു.

കയ്യിൽ ഒരു പൂവിറുത്തു
വയ്ക്കാൻ തോന്നി.
കാവൽക്കാർ കുത്തിനോവിച്ചാലോ, ന്ന്
ഭയന്ന്
ജനലുകൾ തുറന്നിട്ട്
ഇടയ്ക്കിടെ എത്തിനോക്കി.
ആ വാസനയാൽ അങ്ങനേയങ്ങ് ഉറങ്ങി...

പതിവുപോലെ നല്ല മഴയായിരുന്നു..!

ഉറക്കത്തിനിടെ
മുഖത്തു വീണ മഴത്തുള്ളിയെ തുടച്ചു കൊണ്ട്
ഞാൻ സ്വപ്നത്തിലേക്കു
മാറി നടന്നു.
വെയിലേറ്റതും
മുറ്റത്ത് ഞാനോടിയെത്തി.
കുവളമുല്ലയിലെ പൂക്കൾ പാടെ പൊഴിഞ്ഞു വീണിരിക്കുന്നു..
പരിഭവം പറഞ്ഞ്
തേനീച്ചക്കുഞ്ഞുങ്ങൾ
ചുറ്റും പാറിപ്പറക്കുന്നുണ്ട്,
വീണു കിടന്ന പൂവിനുള്ളിൽ നിന്നുമിറങ്ങാതെ
അങ്ങനെ, യൊരാൾ ഇരിപ്പുണ്ട്.. വിഷമമായീ, ന്ന് തോന്ന്ണു..
ഇനീപ്പോ മിണ്ടാനും പറയാനും
ആരും ഇല്ലാണ്ടായില്ലേ..
●

അയ്യോ..!

ന്ന് ശബ്ദം കേട്ട്
ചുറ്റും കണ്ണോടിച്ചു.
നിലവിളിയായിരുന്നു അത്.
ജനൽപ്പാളിയിലൂടെ ഊർന്നിറങ്ങിയ മഴത്തുള്ളിക്ക്
ഒന്ന് പൊള്ളിയതാ..

കടുത്ത ചൂടിനെ
നനുത്ത തണുപ്പേല്പിച്ച്
ഒരു കുഞ്ഞൻമഴ ചാറിയിരിക്കുന്നു.
ചെടികൾക്കും പൂക്കൾക്കും പക്ഷികൾക്കും..
കുഞ്ഞൻ കാറ്റിനെ കൂട്ടിനു തന്നിട്ട്...
ഈ രാവിൽ എങ്ങോട്ടേയ്ക്കാണാവോ
ധൃതിവച്ച് പോയേ?
പൊള്ളിയോണ്ട്
പിണങ്ങിപ്പോയതു തന്നെയാവും..!!

●

അടുത്ത ജനുവരി

ഓരോ ഉത്സവവും
നമുക്ക് തരുന്ന സന്തോഷം
അവാച്യമാണ്.

ആകാശത്തൊട്ടിലായ്
തോണിയായ്
മരണക്കിണറായ്
ബ്രേക്ക് ഡാൻസായ്...
പ്രായഭേദമെന്യേ
ആർത്തുല്ലസിക്കുമ്പോഴൊരു
രസം...
ആ രസമൊന്ന് വേറെ തന്നെ!
തിക്കിയും തിരക്കിയും നടന്ന്
തിരക്കിൽ
പലരേയും കണ്ടുമുട്ടി.
പലരും
സൊറ പറഞ്ഞുംചിരിച്ചും
ബന്ധങ്ങളുടെ ഉത്സവം ഊട്ടിയുറപ്പിക്കുന്നു.
ഉത്സവത്തിന്റെ പറമ്പിന്
സഹജമായ കാഴ്ചകൾ പലതാണ്.

പാതിരാത്രിയിൽ
പെട്ടെന്നു ബാധിച്ചതാണ് കഥകളിക്കമ്പം.
ചൂടു കട്ടൻകാപ്പിയും
ഹിന്ദി ചുവയ്ക്കുന്ന മുളകുബജ്ജിയും
ഓർമകൾക്കപ്പുറം ഇടംപിടിച്ചതാണ്.
അമ്പലപ്പറമ്പിലെ ആൽച്ചുവടും
ജനുവരിയുടെ തണുപ്പും
പാതിരാ മഞ്ഞും
ഒന്നായിത്തീരും.
ഉറക്കം മായും.
തമാശകളുംചിരിയും
നേരം വെളുപ്പിക്കും.
ആനകളെ എണ്ണിവയ്ക്കും.
ഒക്കെയും
ഓർമകളുടെ കുമ്പാരമാകും.
അണയുമ്പോൾ,
മനസ് നിറയും.
സംതൃപ്തിയോടെ
അടുത്ത ജനുവരിയുടെ കാറ്റേൽക്കുവാൻ കൊതിക്കും..

ഈ മുറിവ്

മായ്ക്കുവാൻ കഴിയുന്നില്ല.
വേദന പ്രതിഷേധമായി
നിലവിളി കൂട്ടുന്നു.
രാത്രി ടി.വി.യിൽ നിന്ന്
നിരന്തരമായി കേട്ടതാണ് താരാട്ടുപാട്ട്.
നല്ല ഈണമുണ്ടായിരുന്നു.

കയ്യും വെട്ടും കാലും വെട്ടും, വേണമെങ്കിൽ തലയും വെട്ടും..

ആ പാട്ടിന്റെ താളം
കുഞ്ഞിനെ അത്രവേഗം ഉറക്കിയിരുന്നു.
നേരം വെളുത്തപ്പോൾ
ഭക്ഷണം കഴിക്കാതെ കരഞ്ഞപ്പോൾ...

ചില കാഴ്ചകൾ കാട്ടിക്കൊടുത്തു:

മോഷ്ടിച്ച മാമന്റെ
കയ്യും കാലും കെട്ടി,
ശരീരമാസകലം മർദിച്ച്,
കൊന്ന് തള്ളുന്ന ദൃശ്യങ്ങൾ..!

പറഞ്ഞു തീർന്നില്ല -

നക്കിത്തുടച്ച പാത്രം ഇളവെയിലേറ്റ് ഉമ്മറപ്പടിയിലിരുന്ന് തിളങ്ങി.

കുഞ്ഞുകണ്ണുകളിലും
ചോരയുടെ ജ്വാലകൾ പടരുന്നു.
വാശിയോടെ
എല്ലാം കണ്ടു പഠിക്കുന്നു

ചരിത്രത്തിന്റെ ഏടുകൾ
കയ്യേറിയവരും
ആഘോഷമാക്കുന്നവരും
പുതുതലമുറയ്ക്ക്
കപടഭാഷ കൈമാറുന്നു.
ജനിച്ചു വീഴുമ്പോഴേ
അവരിൽ
ജാതിയും മതവും
പാർട്ടിസംഘങ്ങളും
കൊടിനാട്ടുന്നു.
അവരാരും
ചിന്തിച്ച് വളരരുത്...!

●

അപ്പൂപ്പൻ താടി

ദൂരേന്ന് വന്നതാത്രെ..
ഉസഞ്ചാരികളുടെ നായകനാണെന്ന
ഇച്ചിരി അഹന്ത.
കാറ്റിന് അത്ര പിടിച്ചില്ല.
ശ്വാസം പിടിച്ച മാത്രയിൽ
ഒരു കുഞ്ഞിക്കയ്യിലകപ്പെട്ടതായിരുന്നു.
അപ്പൂപ്പൻ താടിയുടെ
പൊട്ടിച്ചിതറിയ
ദുഃഖം കാണാൻ വയ്യാണ്ട്
കാറ്റ് വീശിയകന്നു.
കൂടെ പറന്നു പൊങ്ങി
അപ്പൂപ്പൻ താടിയും.
ജീവിതത്തിന്റെ
അർഥമറിഞ്ഞുള്ള പറക്കൽ..
കാറ്റിൽ...
ഒഴുകിയൊഴുകിയങ്ങനെ..

●

തിളക്കം

കാറ്റിൽ ആടിയും
പരസ്പരം തഴുകിയും
ചെരിഞ്ഞും മറിഞ്ഞും
വീണു കിടന്നും
ഓരോ വള്ളിയും പൂവിട്ടപ്പോൾ..

നിലത്തു കൊഴിഞ്ഞുവീണ
ഇലകളും
ഇലഞ്ഞിപ്പൂക്കളും തമ്മിൽ എന്തൊക്കെയോ
പങ്കു വയ്ക്കുന്നുണ്ടായിരുന്നു.

കാറ്റിൽ
ഇലഞ്ഞിപ്പൂവിന്റെ ഗന്ധമേറ്റ്,
കൊതിയോടെ
കരിയിലകൾ ചോദിച്ചു:
ചിരിക്കുമ്പോ എങ്ങനെയാ, ഡോ
തന്റെ കണ്ണിൽ തിളക്കം ഇണ്ടാവണെ?

ഇലഞ്ഞിപ്പൂവ്
നാണത്തോടെ പറഞ്ഞു:
ചിലരെ നോക്കി ചിരിച്ചാൽ ഇണ്ടാവുത്രെ!

●

മണങ്ങളേ വിട

കുഞ്ഞനുറുമ്പ്
അലമാരയിലൂടെ
ഒന്ന് ചുറ്റിക്കറങ്ങി നോക്കി,
അത്തർ പൂശിയ കുപ്പായങ്ങളുടെ പൊങ്ങച്ചങ്ങളിലേക്ക്
ചെവി കൂർപ്പിച്ച് നോക്കി,
പഞ്ചനക്ഷത്ര ഹോട്ടലും,
മദ്യവും
മറ്റുപല ലഹരികളും തന്നെ
കഥ.

കേക്കാൻ വയ്യാണ്ട്
സഹികെട്ട്
താഴോട്ടിറങ്ങി.
ഹായ് ശ്..പുതിയ മണം!
ഈയിടെ വന്നു കേറിയ കുപ്പായത്തിന്റെ മണം.

സ്വന്തം കുപ്പായത്തിന്റെ
ഗുണവും മണവും തന്നെ
അവിടേയും വിശേഷം.
അവനവന്റെ
നെലയും വിലയും പറഞ്ഞുള്ള
തല്ലുകൂട്ടം.

പതിയെ,
പിന്നേയും താഴേക്കിറങ്ങി.
ദാ, കിടക്കുന്നു..
വക്കാലത്തിന് ആരുമില്ലാണ്ട്
വർത്താനങ്ങളില്ലാണ്ട്
പരസ്പരം പൊങ്ങച്ചങ്ങളില്ലാണ്ട്
പൂപ്പൽ പൊതിഞ്ഞു തുടങ്ങിയ
പാവം കുപ്പായങ്ങൾ..

കുഞ്ഞനുറുമ്പ്
നീട്ടിത്തുമ്മി.
അലമാരയേ വിട
മണങ്ങളേ വിട
●

നീ തന്ന ഞാൻ

അലസമായി മുടി അഴിച്ചിട്ട,
സാരിത്തലപ്പിനാൽ പുതച്ച,
ഒരു മാധവിക്കുട്ടിയായി...
ഒന്നു വിലസാനുള്ള
ഹരം കൈവന്നു.

അലസതയിൽ ഒളിച്ചുവച്ച
സൗന്ദര്യത്തെ
ഊട്ടിയുറപ്പിക്കണം.
ചില ഇഷ്ടങ്ങളെ ഓർമപ്പെടുത്തണം.
ഒക്കെ വീണ്ടെടുക്കണം...

ചില്ലലമാരയിലേക്ക് നോക്കി:
പൊടിമണമേറ്റ താളുകൾ,
പൊടിഞ്ഞു തുടങ്ങിയ പുസ്തകം.
വരികളോട് കണ്ണുകൾ തുന്നി.
എനിക്കായി
അടിവരയിട്ടു നിൽക്കുന്ന
ഈ വാക്കുകളെക്കാൾ
ഇന്നിനിയെനിക്ക്
മറ്റെന്തു വേണം!

●

സഞ്ചാരി

ചേരാത്ത കുപ്പായങ്ങൾ
ചെന്നുചേരാത്ത നാടുകൾ
എഴുതാത്ത കത്തുകൾ
കേൾക്കാത്ത ഭാഷകൾ
അറിഞ്ഞിട്ടില്ലാത്ത രുചികൾ..

നിറയാത്ത പണപ്പെട്ടികളും..

കാണാനൊത്തിരിയുണ്ടെന്ന മട്ടിൽ
സഞ്ചാരിക്കു ചുറ്റും
ചിരിച്ചു തലയാട്ടുന്നു -
ഇടവഴികളുടെ ഇരുട്ട്.

അവിടെയങ്ങനെ
ആ സഞ്ചാരി അപ്രത്യക്ഷനായി.
വഴികളെ
വീണ്ടും വീണ്ടും
പ്രേമിക്കുന്നവനായി.

●

നിറംമങ്ങിയ മുഖങ്ങൾ

ചേല് പോരാന്ന്
ചൊല്ലിയപ്പോ
തെല്ലൊന്ന് നൊന്തു.

ചുരുളൻമുടിക്കുള്ളിൽ ഒളിപ്പിച്ച കഥകളപ്പാടെ
കണ്ണീരിൽ കുതിർന്നു.

ഉണ്ടക്കണ്ണെന്നു ചിലർ,
അതിന് വെളുപ്പ് ഏറിപ്പോയെന്നു
മറ്റു ചിലർ,
വെള്ളാരംകല്ല്
തോൽക്കുമെന്ന്
പൊന്തിയ പല്ലിനോട് പലർ,
നോക്ക്,
കയ്യിൽ പൂശിയ
ഫ്ലൂറസെന്റ് നെയിൽപോളിഷ്
നാണത്താൽ പൊളിഞ്ഞു തുടങ്ങുന്നെന്ന്
അത് കാട്ടിത്തരുന്നവർ.

വെളുപ്പുകുപ്പായത്തിന്റെ
ഭയപ്പാടിലും
ഇരുട്ടിന്റെ പുതപ്പിൽ

ഇവൾ സുന്ദരിയായിരുന്നത്രെ.
ഒടുവിൽ കറുത്ത പർദ കീഴടക്കിയതായി
ആരോ കുറ്റപ്പെടുത്തുന്നതും കേട്ടു.
●

ക്ലോക്ക്

ഒട്ടും സമയമില്ല എന്നു പറയാൻ
ഓടിക്കൊണ്ടിരിക്കുകയാണ്
നീലക്ലോക്കിലെ സൂചി.
ഏതു ദിവസവും
ഈ ക്ലോക്കിനെ ശപിച്ചാണ് തുടക്കം.
രാത്രിയിൽ
ഓരോ മണിക്കൂറിലും
അതിലെ സൂചി എന്നെ തുറിച്ചു നോക്കും.
എന്റെ പുത്രനായും
അവന്റെ പനിയായും
വിശപ്പിന്റെ സൂചികയായും
മാത്രമല്ല,
പഠിച്ചു തീരാത്ത എന്റെ പാഠഭാഗങ്ങളായും
എഴുതിക്കൂട്ടിയ റെക്കോർഡുകളായും
തീർത്താലും തീരാത്ത
അസൈൻമെന്റുകളായും
എന്റെ മുന്നിലൂടെ
ചലിച്ചുകൊണ്ടിരിക്കും.
ദിനംപ്രതി
പരീക്ഷകളാകും.

പഠന സഹായികൾ തേടി
കടകൾ തോറും നിരങ്ങി

കടക്കാരനെ കുപ്പിയിലാക്കി
കടയുടെ പിന്നാമ്പുറം വരെ അരിച്ചുപെറുക്കി
കിട്ടുന്നതെല്ലാം കെട്ടിപ്പെറുക്കി
വീട്ടിൽ വന്നു കയറുമ്പോഴും
നീലക്ലോക്ക് തിരക്കു കാട്ടും.
ഇടം കണ്ണിട്ട് എന്നെ നോക്കി ധൃതിയിൽ ഓടും.
നേരമില്ലാതെ ഞാനും
അതിന്റെ പിന്നാലെ വിടും.
ഇത്ര വേഗത്തിൽ
എങ്ങോട്ടാണാവോ
ഈ അഹങ്കാരി...!

കൊതിയാവുന്നു
സ്വസ്ഥമായി ഒന്ന് ഉറങ്ങാൻ..
തൃപ്തികരമായി
സമയമെടുത്തൊന്നു ഭക്ഷിക്കാൻ.
കെട്ടുപാടുകളില്ലാതെ
ഒന്ന് അവധി ആഘോഷിക്കാൻ...

സമ്മതിക്കണ്ടെ...
നീലക്ലോക്കിന്റെ സൂചിയുടെ
നോട്ടം മുഴുവൻ
എന്റെ നേരെയല്ലേ?
പിന്നെങ്ങനാ...??

ഓടട്ടെ..,
ഓടിയോടിത്തീർക്കട്ടെ..,
എന്നിട്ടു വേണം
അതിന്റെ ബാറ്ററി രണ്ടും
ഊരി വച്ച്
ഉറക്കെയൊന്ന് അട്ടഹസിക്കാൻ...
●

നൊസ്റ്റാൾജിയക്കുറിപ്പുകൾ

ഹാജി വളവ്

ഈ ബസ് സമരം എന്നാണാവോ തീരുക...?

മിനിമം ചാർജ് കൂട്ടിക്കൊടുത്താലും വിദ്യാർഥിക്ക് കിട്ടുന്നത് പഴയ അതേ അവഗണന തന്നെയല്ലേ... അതിനൊരു മാറ്റം വരുത്താൻ ഈ ചാർജ് വർധനവിന് ആവുമോ? എങ്കിൽ ഒത്തിരി നന്നായിരുന്നേനേ.

ബസ് എന്ന വാഹനം റോഡിൽക്കൂടെ കുതിച്ച് പാഞ്ഞു പോകുന്നതല്ലാതെ, ആ യാത്രയുടെ സുഖം ഞാനടുത്തറിഞ്ഞത് വളരെ വൈകിയാണ്...

സ്കൂൾ കാലഘട്ടം കാൽനടയിൽ സമർപ്പിക്കപ്പെടുകയായിരുന്നു. ഡിഗ്രി പഠനം എന്നെ അമൃതയിലാണെത്തിച്ചത്. അവിടെ നിന്നൊന്നും ലഭിക്കാത്ത വേറിട്ട രസക്കാഴ്ചകൾ എനിക്ക് സമ്മാനിച്ചത് കാഞ്ഞിരങ്ങാട് കോളേജിൽ ചേർന്നപ്പോളായിരുന്നു.ക്ലാസ് വിട്ട പാടെ ബസ് സ്റ്റോപ്പിലേക്കുള്ള ഓട്ടവും ബസിന്റെ പിന്നാലെയുള്ള പരക്കംപാച്ചിലും. ഓടിയോടി തളരണം സ്റ്റോപ്പ് പിടിപാടില്ലാത്ത ബസ് നിർത്തുന്നിടത്ത് ഒന്നെത്താൻ.എന്നാലും കണ്ട ഭാവം നടിക്കാതെ ബസ് പോയ്ക്കളയും.. നിരാശയാവും യോഗം..

സ്റ്റോപ്പിലേക്ക് തന്നെ തിരികെ നിരങ്ങുമ്പോൾ ബാക്കിയുള്ളവരുടെ കളിയാക്കലും ചമ്മലും വേറെ.

അതൊക്കെ ഒന്ന് അനുഭവിച്ചറിയുക തന്നെ വേണം...

ഇനിയെങ്ങാനും കയറിപ്പറ്റിയാലോ..

സ്റ്റെപ്പിൽ തൂങ്ങിക്കിടക്കണം.. ഓരോ സ്റ്റോപ്പ് എത്തുമ്പോഴും നിരത്തിൽ ഇറങ്ങി നിൽക്കണം.

ഒടുവിൽ അകത്ത് കാലു കുത്താൻ കഴിഞ്ഞാലോ, പിന്നാലെ കണ്ട കൂറ്റൻ ആജ്ഞയെത്തും.. പുറകോട്ട് പുറകോട്ട്... പുറകോട്ടെത്തിയാൽ പറയണ്ടാ, പുരുഷപ്രജകളുടെ തട്ടും മുട്ടും ബാക്കി കലാപരിപാടികളും..

ദേഷ്യവും സങ്കടവും കടിച്ചമർത്തി അങ്ങനെ നിൽക്കുകയേ നിർവൃത്തിയുള്ളൂ.

അതിനിടെ ചില വാക്കേറ്റവും നോക്കി ദഹിപ്പിക്കലുമൊക്കെ നടത്താൻ മെനക്കെട്ടേക്കാം.

ഒടുവിൽ സ്റ്റോപ്പിൽ ഇറങ്ങാൻ പെടുന്ന പാടാണ് ജീവിതത്തിലെ ഏറ്റവും ക്ലേശമുള്ള പെടാപാട്!

തുടരെ വരുന്ന ബസിന്റെ പിറകെ തള്ളു കൂടുന്ന കുട്ടികളെ ദൈന്യതയോടെ നോക്കുവാൻ മാത്രമേ ആദ്യദിനങ്ങളിൽ സാധിച്ചിരുന്നുള്ളൂ.

അതുകൊണ്ടുതന്നെ ഫുൾ ടിക്കറ്റിന്റെ ഫുൾ അധികാരത്തോടെ പാട്ടൊക്കെ ആസ്വദിച്ച്, പ്രകൃതിയുടെ പച്ചപ്പും മഞ്ഞപ്പും നിറപ്പകിട്ടുകളും മാറി മാറി കണ്ട്, സുഖകരമായിട്ടായിരുന്നു എനിക്ക് യാത്രയുടെ നിയോഗം.

സ്റ്റുഡൻ്റ്സ് പാസിനെ പറ്റിയൊന്നും തുടക്കത്തിൽ വേണ്ടത്ര ധാരണയുണ്ടാക്കാൻ ശ്രമിക്കേണ്ടി വന്നില്ല. ആദ്യ ദിനങ്ങളിൽ ഇതേ രീതിയിലൊക്കെ മുന്നോട്ടു പോയി.

വഴിയെപ്പറ്റിയൊക്കെ ഒരു ധാരണ വരട്ടെയെന്ന് അച്ഛനും കരുതിയതിനാലാണ് അത്തരം യോഗഭാഗ്യമുണ്ടായത്.

ഒടുവിൽ കൺസെഷൻപാസിനെപ്പറ്റി ചോദിച്ച് മനസ്സിലാക്കുവാൻ അവശ്യപ്പെട്ടതോടെ എന്റെ ജീവിതത്തിലെ വേറിട്ട ഒരു അധ്യായം ആരംഭിക്കുകയായി.

പാസ്സ് അനുവദിച്ച തൊട്ട് പോക്കറ്റ് മണി വളരെ ശോചനീയമായിത്തീർന്നു.

ഒരു രൂപയുടേയും രണ്ടു രൂപയുടേയും നാണയങ്ങളൊത്തിരി ഒരു പണക്കിഴി പോലെ അച്ഛൻ എനിക്ക് സമ്മാനിച്ചിരുന്ന നാളുകൾ മാറി.

ഫുൾ ടിക്കറ്റെടുത്ത് യാത്ര സുഖിച്ചുള്ള ദിനങ്ങൾ ഇനിയില്ലെന്നു തിരിച്ചറിഞ്ഞ് സങ്കടമായി.

ബാഗിനെ നാനാവിധത്തിൽ തിരിച്ചും മറിച്ചും കുടഞ്ഞും തപ്പേണ്ട നിമിഷങ്ങളായി പിന്നീട്.

കീറിയ ഓട്ട പോലും തപ്പിപ്പോവുന്ന വല്ലാത്ത ഭീതിയായിരുന്നു ഞങ്ങളുടെ നാട്ടിലേക്കുള്ള ബസ് വരുമ്പോൾ...

ബസ് നിർത്തി എല്ലാത്തിനേയും സ്റ്റെപ്പിലേക്ക് തള്ളിക്കേറ്റിവച്ച് ആ ഡോറടയുമ്പോൾ, ആ ഇരമ്പിച്ച അമർച്ചക്കിടയിൽ, ഞങ്ങളുടെ നേർത്ത ഞരങ്ങലും കാറിച്ചകളും ആരു കേൾക്കാൻ.

ഒറ്റക്കാലിൽ നിന്നോ, തള്ളവിരലിൽ കുത്തി വട്ടം കറങ്ങിയോ, ടാർസനെ പോലെ തൂങ്ങിയാടിവന്നു നിന്നോ... ആ യാത്ര എന്നെ ഒരു നല്ല അഭ്യാസിയാക്കി മാറ്റിയെന്നു തന്നെ പറയണം!

ഹാജിവളവിനോടും ഒടുവള്ളിത്തട്ടിനോടുമൊക്കെ ഞങ്ങൾക്ക് അന്ന് വല്ലാത്ത ഒരു ആത്മബന്ധം ജനിക്കുമായിരുന്നു.

തിരക്കല്പം കൂടുതലുള്ള ഒരു വൈകുന്നേരം; മറ്റേതോ ബസ് പണി മുടക്കിയ ആഹ്ലാദാവേശത്തോടെ സ്റ്റോപ്പിലെ മുഴുവനാളുകളേയും തൂത്തുവാരി പള്ളനിറച്ച ഒരു ബസ്സിൽ ഞാനും കൂട്ടരും കയറ്റപ്പെട്ടു.

ആളൊഴിയും തോറും ഏറ്റവും മുമ്പിലേക്ക് ഞങ്ങൾ ആനയിക്കപ്പെ ടുന്നത് സ്ഥിരമാണ്.

പൊക്കം കുറഞ്ഞവർക്കായി കെട്ടി തൂക്കിയ ബെൽറ്റുണ്ട്. അതിൽ ഞാൻ പിടിമുറുക്കിയിരുന്നു.

അതിൽ തൂങ്ങിയാടി, കൂട്ടുകാരുമൊത്ത് തമാശകൾ പങ്കുവച്ച്, ഒരു സാരഥിയെ പോലെ അങ്ങനെ നിന്ന നിമിഷങ്ങൾ.. അതോർക്കും തോറും മാധുര്യമേറുന്നതല്ലാതെ, ഇന്നും ഒട്ടു കുറവു വന്നിട്ടില്ല എന്ന് തന്നെ പറയാം.

പതിവില്ലാണ്ട്, അന്ന് കിൻഫ്രയിൽ നിന്ന്, ഒരു ലോഡ് ചേച്ചിമാർ ഇറങ്ങി വരുന്നത് ഞങ്ങളുടെ ശ്രദ്ധയിൽപ്പെട്ടു... ഞങ്ങൾ എങ്ങനെ യാണോ ഇരച്ചുകയറിയത് അതേ പ്രകൃതത്തോടെ...!!

അവരുടെ ആ വരവിൽ ഭയന്ന് പലരും സൈഡിലേക്ക് ഇടം പിടിച്ച് ഒളിച്ചു...

അഭ്യാസിയായ എനിക്കു മാത്രം ഒരടി പോലും മാറാൻ ഇട കിട്ടിയി ല്ല;പകച്ചു നിന്നതല്ലാതെ.. അതും ഒറ്റക്കാലിൽ ഒറ്റപ്പെട്ടു. ആ കാലിന്റെ വിരലുകളിലൊക്കെ ചവിട്ടേറ്റു...ഞെരിഞ്ഞമർന്നു..

ആ... ഊ... ആ..യ്യോ.. തുടങ്ങിയ വിളികൾ കണ്ഠം പിളർക്കുന്നുണ്ടായിരുന്നു.

വേദന സഹിക്ക വയ്യാണ്ടായപ്പോൾ, ബൽറ്റിൽ ബലം കൊടുത്ത്, എന്റെ കാല് ഞാൻ ആരുടെയോ ചെരുപ്പിനടിയിൽ നിന്ന് സർവശക്തിയോടെ വലിച്ചെടുത്ത് സ്വന്തമാക്കി.

ഹാവൂ...!

എന്തൊരു മോചനം!! വലിച്ചെടുത്ത കാലുമായി തിരിച്ച് തറയിൽ ചെന്നപ്പോഴാണ് മറ്റൊരു സത്യം എനിക്കു ബോധ്യമായത്.

കിട്ടിയ ലാക്കിന് ബാക്കി തറയും കവർന്നിരിക്കുന്നു.അടുത്തു നിന്ന ചേച്ചി സുഖസുന്ദരമായി എന്റെ കാൽവശാവകാശം അടിച്ചോണ്ടു പോയിരിക്കയാണ്.

ഒരു കാലു പോലും വയ്ക്കാൻ ഇടമില്ലാതെ ഒരു കൊറ്റിയെ പോലെയായി ഞാൻ.

ശേഷം ആ ബെൽറ്റിൽ തൂങ്ങിപ്പറന്ന്, പാറിപ്പറന്ന് അങ്ങനെ നിന്നു.

എന്നെ നോക്കി ചിരിച്ചു മറിയുന്ന സുഹൃത്തുക്കളെ, മാറി മാറി, രക്ഷിക്കണം എന്ന ഭാവേന ദയനീയമായി ഞാൻ തിരിച്ചും നോക്കി...

പെട്ടെന്ന് പിന്നിൽ നിന്നും ശക്തമായ ഒരു തള്ളൽ എന്റെ പുറത്തേക്കാഞ്ഞു പതിച്ചു.. ബെൽറ്റിലാവട്ടെ, കൈകൾ കുഴഞ്ഞു തീരാറായിരുന്നു. അന്നേരത്ത് ഒറ്റക്കാലിൽ കുത്തിപ്പോയ ഞാൻ, സർവ നിയന്ത്രണവും വിട്ട്, ചില്ലുകൂട്ടിലെ മാതാവിന്റെ അനുഗ്രഹാർഥം ബോണറ്റിലേക്ക്

നിമിഷം കളയാതെ, സാഷ്ടാംഗം പ്രണമിച്ചു -

ഠപ്പേ...

ശരീരത്തിലെ സകലതും തവിടുപൊടിയും ശബ്ദം....!!

ബാഗുകൾക്കിടയിൽ നിന്നും അന്ന് എന്നെ പൊക്കിയെടുക്കാൻ

ആരൊക്കെയോ ചേർന്നു.

ചിരിയും സങ്കടവും തരിപ്പുമൊക്കെ അടക്കിപ്പിടിച്ച് ഞാൻ ചോദിച്ചു:

ഹാജിവളവ് കഴിഞ്ഞായിരിക്കുമല്ലേ...???

●

പട്ടീയെന്നു വിളിക്കുമ്പോൾ

ചെറുപ്പത്തിന്റെ ചുറുചുറുക്കിൽ കേക്കേണ്ടാത്തതും പറയണ്ടാത്തതും പകർത്താൻ പാകത്തിനു ഉഗ്രൻ ചെവിയും നാവും തന്നാണ് ദൈവം എന്നെ ഇങ്ങോട്ടേക്ക് അയച്ചതെന്ന് തോന്നാറുണ്ട്.

ഒരവധി ദിവസം, കണ്ണനുമായുള്ള തകർപ്പൻ ഗുസ്തി മത്സരം കട്ടിലിൽ തകൃതിയായി നടക്കുന്നു.

ഭീമാകാരനായ തലയിണക്കടിയിൽ പെടുത്തി എന്നെ ശ്വാസം മുട്ടിച്ച് രസിച്ച് ഇടയ്ക്കിടെ...

തോറ്റോ.. തോറ്റോ... എന്ന മന്ത്രം ഉരുവിട്ട് എന്നെ തോപ്പിക്കുവാൻ ശ്രമിക്കുന്ന കണ്ണൻ..

തലയിണക്കടിയിൽ ഞെരിഞ്ഞമർന്ന ഏതോ ദുർബല നിമിഷത്തിൽ.. കിട്ടിയ ഒരു നുള്ളുശ്വാസത്താൽ ഞാനലറി:

"നായിന്റെ മോനെ പട്ടീ.. വിടടാ എന്നെ"

(അങ്ങനെ വായീന്നു വന്നു പോയതാ.കുട്ടിയല്ലെ, പറ്റിപ്പോയി)

പൊടുന്നനെ തലയിണയുപേക്ഷിച്ച് ചെക്കൻ അച്ഛന്റെ അരികിലേക്ക് ഓടി...

തിരികെ കിട്ടിയ ശ്വാസവും

അടക്കിപ്പിടിച്ച് സമയം കളയാതെ ഞാനും ഓടി.

പിന്നാമ്പുറത്തെ കിണറ്റിൻകരയിലെ ഓടയായിരുന്നു എന്റെ ലക്ഷ്യം.

ഒന്നും നോക്കാതെ ഓടയിലേക്ക് ഇറങ്ങി തല കുമ്പിട്ടങ്ങനെ കുനിഞ്ഞിരുന്നു..

അപ്പോഴും എന്റെ നെഞ്ച് പടപടാ ന്ന് അടിക്ക്വാന്നേ..! അവിടെ നിന്നുമോടാൻ അത് ആജ്ഞ തന്നുകൊണ്ടിരുന്നു.

പിടിക്കപ്പെടാൻ സാധ്യത ഏറെയുള്ള സ്ഥലമായിരുന്നു കിണറ്റിൻ കര.

അതുകൊണ്ടു തന്നെ വീടിനുചുറ്റും ഒന്നൂടെ നിരീക്ഷിച്ചു.

ഒടുവിൽ ടെറസ്സിലേക്ക് കയറിപ്പറ്റുവാൻ തീരുമാനിച്ചു..

പക്ഷേ ടെറസ്സിൽ എവിടെ ഒളിക്കും?

പകച്ചു നിന്നപ്പോൾ ടാങ്കിൽ കയറി രക്ഷപ്പെടാമെന്ന ശ്രമം തെളിഞ്ഞു. പക്ഷെ, വിലപ്പെട്ട സമയം പാഴായതല്ലാതെ അവിടേക്ക് കാലുകൾ എത്തിയില്ല.

പെട്ടെന്ന് വന്നു, ശ്രീക്കുട്ടീ എന്ന വിളി.പവർ കൂടിയ വിളിയാണ്.

പിന്നെ ഒന്നും നോക്കിയില്ല; ടെറസ്സിന്റെ താഴത്തെ തട്ടിലേക്ക് എടുത്തൊരു ചാട്ടം.

കാലു മുതൽ തല വരെ തരിച്ചു പോയ ഒരൊന്നൊന്നര നിമിഷം...!

ആ തരിപ്പിൽ കുത്തിയിരുന്ന് ഞാൻ എന്റെ മനോഹരവും സുരക്ഷിതവുമായ ഒളിത്താവളം കണ്ടെത്തി..

കാലങ്ങളായി അപ്പുറത്തെ പൂച്ച പ്രസവിക്കുന്ന ഞങ്ങളുടെ ടെറസ്സിന്റെ സൺ ഷേയ്ഡ്...!

പിന്നെ ഒട്ടും അമാന്തിച്ചില്ല, ഒത്തിരി കഷ്ടപ്പെട്ട് മുട്ടിൽ നിരങ്ങിയും തൂങ്ങിയും ആ ഷേയ്ഡിൽ ഞാൻ കയറിപ്പറ്റി.

കാലൊന്ന് വഴുതിയാൽ പിന്നെ ഒന്നും നോക്കാനുണ്ടാവില്ല, ഒന്നും.. ഡിം..!!

നേരെ താഴത്തേക്ക് തന്നെ ചെല്ലും..

ഒരു നീണ്ട ദീർഘ നിശ്വാസത്തിനൊടുവിൽ, എനിക്കു പാകത്തിനുള്ള ആ ഷേയ്ഡിൽ ഞാൻ നടുനീർത്തി നിന്നു.

അപ്പോഴും എനിക്കായുള്ള തിരച്ചിൽ താഴെ ഗംഭീരമായി നടക്കുന്നു.

മറുപടി കിട്ടാതായപ്പോൾ പറമ്പായ പറമ്പും സ്റ്റോറും അവർ അരിച്ചു പെറുക്കുകയാണ്.

ഒടുവിൽ ഓടയിലും എന്നെ തപ്പുന്ന രംഗം മേലെ ഇരുന്ന് ഞാനാസ്വദിച്ചു കണ്ടു.

കാറ്റൊക്കെ കൊണ്ട് പതിയെ അങ്ങനെ കിടന്നു...

എന്റെ പേരു ഒരു താരാട്ടു പോലെ അച്ഛനും അമ്മയും പാടിക്കൊണ്ടേയിരുന്നു...

താഴത്തെ ആ കാഴ്ചകൾ ആസ്വദിച്ച് കിടക്കെ -

"ഡീ" എന്ന വിളിയാൽ ഞാൻ തിരിഞ്ഞു നോക്കി...

അതെ, എന്നെ ഒറ്റാൻ വന്ന ദുഷ്ടൻ..

"അച്ഛാ.. ഓടി വാ"

കണ്ട മാത്രയിൽ തുടങ്ങിയ കാറിച്ചയായിരുന്നു ചെക്കന്റേത്.

"ഇതാ, ഇവിടെ...

ഇതിനടിയിൽ

ഓടി വാ"

(ഓടാൻ പറ്റാത്ത വ്യസനഭാവത്തിൽ ഞാനും)

അവന്റെ നീണ്ട നിലവിളിയെത്തുടർന്ന് ഒടുവിൽ അച്ഛനെത്തി..

തീർന്നു!!

ഇനി എന്തു വേണം എന്ന ചിന്ത എന്നെ അലട്ടിക്കൊണ്ടിരുന്നു..

എന്നെ കണ്ട അച്ഛൻ ചിരിക്കുകയായിരുന്നു.

കാണാതെ പോയ മകളെ കിട്ടിയ സന്തോഷമായിരുന്നു ആ മുഖത്ത്..

രണ്ടു കയ്യും എനിക്കു നേരെ നീട്ടി... എന്നെ വാരിയെടുത്ത് തോളത്തിട്ട് തട്ടി...

ശേഷം

തോളത്തു നിന്ന് താഴേക്കിറക്കി..

അടുത്ത നിമിഷം പിന്നിൽ ഒളിച്ച ചെമ്പരത്തി വടി വന്ന്, ന്റെ ചന്തിക്ക് പതിച്ചു..

അച്ഛനെ പട്ടി എന്നു വിളിക്കും അല്ലേ?

എന്ന ചോദ്യത്തോടെ തുടക്കും കാലിനും തകിലു പുകില് കിട്ടി...

തല്ല് കൊള്ളുന്ന എന്നെ നോക്കി ചിരിക്കുന്ന കണ്ണന്റെ മുഖത്തേക്ക് ഞാൻ ക്രൂരമായി നോക്കി...

എന്റെ സംശയങ്ങൾ ബാക്കിയാക്കി അച്ഛനെന്നെ ടെറസ്സിൽ ഉപേക്ഷിച്ച് ഇറങ്ങിപ്പോയി.

യഥാർഥത്തിൽ ചീത്ത വിളിച്ചത് ഞാൻ കണ്ണനെയായിരുന്നു. അച്ഛനെ എപ്പോഴാണ് ഞാൻ പട്ടി എന്ന് സംബോധന ചെയ്തത്..??!

ഒരെത്തും പിടിയും കിട്ടാതെ അന്നു നിന്നു. പിന്നീടാണ് വാക്യത്തിൽ പ്രയോഗവും പദം പിരിച്ചെഴുത്തും അർഥഭംഗിയും ഉപമയുമൊക്കെ ഒത്തുവന്നത്.

ചീത്ത വിളിച്ചത് കണ്ണനെ ആണേലും അതിന്റെ ക്രഡിറ്റ് പോയത് അച്ഛനിലായിരുന്നെന്ന് ഒരു നേർത്ത നർമത്തോടെ എനിക്കു മനസ്സിലാക്കാനായി.

എന്നെ ആരോപിതയാക്കിയ കണ്ണന് ഒട്ടും വൈകാതെ തന്നെ ദൈവം ചുട്ട മറുപടി കൊടുത്തു...

മച്ചിങ്ങ കമ്പിൽ കോർത്ത് ഗദയുണ്ടാക്കി യുദ്ധം ചെയ്യൽ ഒരു പ്രധാന വിനോദമായിരുന്നു, അന്നൊക്കെ.

അപ്പുവുമായുള്ള ഒരു ഗദായുദ്ധത്തിൽ കണ്ണന്റെ കയ്യിലെ മടലിൽ നിന്നും തെറിച്ചു പോയ മച്ചിങ്ങ മുൻവശത്തെ ജനൽപ്പാളി തവിടു പൊടിയാക്കി.

രണ്ട് വാനരന്മാരേയും അച്ഛൻ ഓടിച്ചിട്ട് പിടിച്ചു.

കണ്ണനിട്ട് അപ്പോൾ തന്നെ ആ മടലുകൊണ്ട് കിട്ടി.

അന്ന് ആ തെങ്ങിൻ ചുവട്ടിലിരുന്ന് കരഞ്ഞ കണ്ണൻ..

ഹൊ, ഓർക്കുംതോറും പറഞ്ഞറിയിക്കാനാവാത്ത

ഒരു നിർവൃതിയാണ്, എനിക്കിന്നും..

●

മാമ്പഴം

നാട്ടുമാവിന്റെ ഇലകളുടെ മർമരം തറവാട്ടിലെ ചാർത്തിൽ കളിച്ചു കൊണ്ടിരിക്കെ എന്റെ ചെവിയിൽ ഇടം പിടിച്ചിരുന്നു.

കളിയുടെ ത്വരയൊക്കെ ആ നിമിഷം അപ്രത്യക്ഷമാകും.

ഒട്ടും അമാന്തിക്കാതെ തൊടിയിലെ പൊന്തയിലും പൊത്തിലും ഒക്കെ തിരച്ചിൽ നടത്തും.

തറവാട്ടിലെ തൊടിയിൽ തലയെടുപ്പോടെ നിന്ന ഒരുഗ്രൻ നാട്ടുമാവ്.

പഴുത്തു തുടുത്ത മാമ്പഴത്തിന്റെ ഗന്ധം കാറ്റിൽ ആടിയുലഞ്ഞങ്ങനെ തൊടിയിലാകെ നിറയാറുണ്ട്.

എറിഞ്ഞു വീഴ്ത്താൻ പറ്റാത്തത്ര ഉയരത്തിലാണ്. അവിടെ നിന്ന് കൊതിപ്പിക്കുകയാണ്.

ശക്തമായ കാറ്റു വന്ന് നിലം പതിക്കുമ്പോൾ ചോട്ടിൽ ഒരു പെരുന്നാളിനുള്ള ആളു കൂടും.

തൊടിയുടെ അവകാശികളെല്ലാം ഇളിഭ്യരായുള്ള നില്പ് അന്ന് പതിവായിരുന്നു...

രാത്രിയിലെ ശക്തമായ മഴയിലും കാറ്റിലും വീഴുന്ന തേൻകിനിയുന്ന മാമ്പഴം മഴ തോരുംമുമ്പേ പോയി പെറുക്കി ഞങ്ങൾക്കായി മാറ്റിവയ്ക്കുന്ന അമ്മൂമ്മയോടുള്ള സ്നേഹത്തിന് അന്ന് കയ്യും കണക്കുമില്ലായിരുന്നു.

മാമ്പഴപ്പുളിശ്ശേരിക്കും മാമ്പഴപ്പച്ചടിക്കും അടുക്കളയിൽ ക്ഷാമം ഇല്ലാതിരുന്ന കാലമാണെങ്കിലും ചുടുകഞ്ഞിയിൽ മാമ്പഴം പിഴിഞ്ഞ് കുടിക്കുന്നത് അന്ന് ഞങ്ങൾക്ക് ഒരു ഹരമായിരുന്നു...

മാങ്ങാണ്ടിക്കായുള്ള തല്ലുകൂടൽ പലപ്പോഴും പിണക്കത്തിൽ കലാശി ക്കുമായിരുന്നു. പഴുത്ത മാമ്പഴം ഈമ്പിയീമ്പി കുടിക്കുമ്പോഴും, കയ്യിലൂടെ ഊർന്നിറങ്ങുന്ന മാമ്പഴച്ചാർ നക്കിത്തുടക്കുമ്പോഴും ഉണ്ടാവാറുള്ള നിർവൃതി, പറഞ്ഞറിയിക്കാനാവാത്ത വിധം ഇന്നും അനുഭവപ്പെടുന്നു.

ഈമ്പി വെളുപ്പിച്ചെടുക്കുന്ന മാങ്ങാണ്ടിയെ കണ്ടാൽ വെള്ളാരം കല്ലു പോലും തെല്ല് നാണിച്ചു പോകും... അത്രയ്ക്ക് കലശലായ കൊതിയായി രുന്നു കേട്ടോ ഓരോ മാമ്പഴക്കുട്ടനോടും.

ഈമ്പി ക്ഷീണിച്ചപ്പോൾ ഒരിക്കൽ തൊടിയിൽ പണിയെടുത്തിരു ന്ന നാണിയമ്മമ്മയെ നോക്കി ഞാൻ ഒരു വിളി വിളിച്ചു.

'എന്തോ കുഞ്ഞേ...' എന്ന സ്നേഹവാത്സല്യം നിറഞ്ഞ മറുപടി.

'മാങ്ങാണ്ടിക്ക് ക്കുട്ടു പോ..' എന്ന എന്റെ നർമരസം നിറഞ്ഞ കുരു ത്തക്കേട്.

അതവരെ സ്വല്പം ചൊടിപ്പിച്ചു. എന്റെ നിഷ്കളങ്ക ഫലിതത്തെ ധാർ ഷ്ട്യമായി കണ്ട് അമ്മാവൻ ശകാരിച്ചു.തദ്വാരാ അമ്മാവനോട് എനിക്ക് കടുത്ത ദേഷ്യം ഉടലെടുത്തു. അതിനും ആ തേൻകിനിയുന്ന കുഞ്ഞാണ്ടൻ മാമ്പഴം കാരണമായി.

ഇന്നും മാമ്പഴം കാണുമ്പോൾ, നാണിയമ്മമ്മയുടെ വാത്സല്യഭാജ നമായ അന്നത്തെ എന്നെ ഓർമ വരും.

എറിയാൻ ഓങ്ങിയ കുഞ്ഞാണ്ടൻ മാങ്ങാണ്ടിയുമായി നിൽക്കുന്ന ആ എന്നെ.

●

കദളിപ്പെണ്ണ്

പ്രണയമെന്ന വികാരം പ്രപഞ്ചത്തെയാകമാനം ജീവസ്പർശമാക്കു ന്നതാണെന്ന് നമുക്കറിയാം.

എല്ലാ ജീവജാലങ്ങളിലും അതിന്റെ താളമുണ്ട്. അനുരാഗം എന്ന ക്ലാസിക് വാക്കിലൊതുങ്ങാത്ത എന്തോ ഒന്ന് പ്രണയത്തിൽ ലയിച്ചി ട്ടുണ്ടെന്ന് പറയാതെ വയ്യ:

മാനത്തു പാറി നടന്ന്, ലോകത്തിന്റെ സൂക്ഷ്മ ഭാവമാറ്റങ്ങളെ തിരിച്ചറിഞ്ഞും പ്രകൃതിയോട് കൂട്ടുകൂടിയും അവയെ സംരക്ഷിച്ചും ഗൗര വത്തോടെ തന്റെ ഉത്തരവാദിത്തം എന്ന പോലെ ഓരോ വീടിന്റെ ഉമ്മ റക്കോലായയിൽ ചെന്ന് വിരുന്നുകാരുടെ വരവറിയിച്ചും ഒരു പുരുഷ കേസരിയുടെ തലയെടുപ്പോടെ വിഹരിക്കുന്ന കാക്കയെന്ന മികവുറ്റ പ്രാണതത്വത്തിന്റെ പ്രണയകാമനകൾ വാക്കുകളിൽ ഒതുങ്ങുന്നതല്ല.

പല നാട്ടുകൾ പറന്ന്, വ്യത്യസ്ത സ്ത്രൈണ ഭാവങ്ങൾ കണ്ടും കേട്ടും, തന്റെ പുരുഷകാമനകൾക്ക് ഉതകുന്ന, പ്രണയം എന്ന അത്യന്തം വിലയേറിയ കനി നൽകുവാൻ നിക്ഷിപ്തമായ, ആരെയോ ഉള്ള നിര ന്തരമായ തേടൽ..ഒടുവിൽ ചേതനയാർന്ന കദളിവാഴയിൽ ആണ് ചെന്നെത്തുന്നത്..

കണ്ണുകൾ എഴുതി, തളിർത്ത ഇളം പച്ചപ്പിൽ തല പുറത്തേക്കിട്ട് ഏന്തി നോക്കുന്ന കദളിപ്പെണ്ണിനോട്, അടക്കാനാകാത്ത പ്രണയപാ രവശ്യം പ്രകടിപ്പിക്കുന്നു.

ഒരിക്കൽ അവളുടെ വിടർന്നു വരുന്ന ഇളംകയ്യിൽ ചെന്നിരുന്ന്, അവളോട് തന്റെ പ്രേമം തുറന്നു പറഞ്ഞു. അത് കേട്ട് നാണത്തോടെ അവളുടെ തളിർത്ത ഇല താഴുന്നത് കണ്ട് അവൻ ആസ്വദിച്ചു...

കാറ്റിൽ അവളുടെ ഇലക്കയ്യിൽ ഇരുന്ന് ഊഞ്ഞാലാടി അവളോട് സൊറ പറഞ്ഞു. പരിഭവിക്കുമ്പോൾ അവന്റെ കൊക്കു കൊണ്ട് ഉരസി അവളെ ചിരിപ്പിച്ചു.

പ്രണയം പൂത്തു വിടർന്നു.

കാറ്റിലും മഴയിലും വെയിലിലും അവനെ ഇലക്കയ്യാൽ പൊതിഞ്ഞ് അവൾ സംരക്ഷിച്ചു. ഒടുവിൽ, അവളവനായി നൽകിയ കദളിപ്പഴത്തെ മതി വരുവോളം നുകർന്നു.

അവനറിഞ്ഞില്ല-

മൂർച്ചയേറിയ ആയുധം അവൾക്കായ് ഒരുങ്ങുന്നത്.

ഉത്തരവാദിത്തത്തിന്റെ കടപ്പാടുകൾ നിറവേറ്റി, വിരുന്നറിയിച്ച് വിരുന്നറിയിച്ച് തിരികെ വന്നപ്പോൾ അവനെ തലോടുവാൻ ആ കൈകൾ ഉണ്ടായിരുന്നില്ല.

അവനു വിശപ്പകറ്റുവാൻ അവൾ കൊടുക്കാറുള്ള തുടുത്ത കദളിപ്പ ഴവും കണ്ടില്ല...

ചേതനയറ്റ, അവളുടെ തളർന്ന ശരീരം മാത്രം!

അവനായ് കാത്തിരുന്നവൾ...!

സഹിക്കാൻ കഴിയാത്ത വേദനയിൽ, അന്ന് ആ ഉമ്മറ കോലായയിൽ ചെന്ന് അവൻ നിലവിളിച്ചു...

ഒടുവിൽ അവളുടെ വെട്ടിയെടുത്ത ഇലക്കയ്യിൽ ഇട്ടു കൊടുത്ത

ബലിച്ചോറിനു വേണ്ടി ബഹളം വയ്ക്കുന്ന

കാക്കക്കൂട്ടങ്ങളെ കണ്ട് അവൻ ദൂരേക്ക് പറന്നു...

ഒരു പാട് ദൂരേക്ക്...

കടമകൾ ഓർക്കാതെ...

കാഴ്ചകൾക്ക് മുഖം കൊടുക്കാതെ...

പ്രണയ പാരവശ്യങ്ങളില്ലാതെ...

ഒരു പിടി നനുത്ത ഓർമകളും കൊണ്ട്,

ഒത്തിരി ദൂരേക്ക്...

●

ഒരു മൂന്നാംക്ലാസ് പെട

മൂന്നര മണി മുഴങ്ങി...

ജനഗണമന മത്സരിച്ച ചൊല്ലുന്ന ആറംഗ സംഘത്തിലേക്ക് സൂക്ഷിച്ചു നോക്കിയാൽ പൊക്കം കുറഞ്ഞ ഒരു മുള്ളൻമുടിക്കാരിയെ കാണാം. മോഷണമുതൽ കൈമാറിയ ആ വിത്ത് തന്നെ ആയിരുന്നു അത്.

തികച്ചും ഒരു സമരപ്പന്തലിൽ എന്ന പോലെ ജയ് വിളിക്കുന്ന ഒരു കൂട്ടം പെൺപട...

ജയ ഹേ... ജയ ഹേ... എന്ന പാതി കേട്ടതും ബാഗമെടുത്ത് ഓടിയ ജിന്റൊയേയും കൂട്ടരേയും ജോസ് മാഷ് പാതി വഴിക്കിട്ട് പിടിച്ചു.

അന്ന് ഞങ്ങൾ ഏറെ ഭയപ്പെട്ടിരുന്നത് ഗണിതം മാഷിനെ ആയിരുന്നു. ഹൊ! ജോസ് മാഷിന്റെ നുള്ളിന്റെ വേദന. എന്തൊരു മാഷാണെന്റമ്മോ.

നീളൻ ചൂരലിൽ ചുവപ്പും നീലയും നിറത്തിൽ ടേപ്പ് ഒട്ടിച്ചിട്ടുണ്ടാകും... അടി കിട്ടാത്തവർ ചുരുക്കം ചിലർ മാത്രം...

മാഷിന്റെ സ്നേഹം ആ വടിക്കുള്ളിൽ ഒളിപ്പിച്ചു കൊണ്ടു നടന്നതു കൊണ്ട് സ്നേഹത്തോടെ തന്നെയായിരുന്നു ശിക്ഷണം...

അങ്ങനെയിരിക്കെ ഒരുച്ചക്ക് ചോറുണ്ണാൻ എല്ലാവരേയും വിട്ട നേരം.

എനിക്ക് തന്നുവിട്ട ചോറിൽ നിന്ന് കുറച്ചു വാരി അകത്താക്കി

ബാക്കി വന്ന ഭക്ഷണം ഞാൻ തോട്ടിൽ ഒഴുക്കാൻ വേണ്ടി പോയി...

ഇന്നത്തെ സ്കൂൾഗ്രൗണ്ട്.സ്കൂൾ മൈതാനത്തിന്റെ ഒത്ത നടുക്ക് ഒരു നല്ല തോടുണ്ടായിരുന്നു.

നല്ല മീനുകൾ ഉള്ള തോട്...

പാത്രത്തിലെ ചോറു ഞാൻ ആരും കാണാതെ തോട്ടിലെ മീനിന്റെ വിശപ്പ് അകറ്റാൻ എന്ന വ്യാജേന ഇട്ടു കൊടുത്തു...

അപ്പോഴാണ് ഒരു പറ്റം ചേട്ടന്മാർ (ഹൈസ്കൂൾ കുട്ടികൾ) തോട്ടിലിറങ്ങി മീൻ പിടിക്കുന്നത് എന്റെ ശ്രദ്ധയിൽ പെട്ടത്...

അക്കൂടെ കാഴ്ച കണ്ട് ഞാനും തോട്ടിലിറങ്ങി മീൻപിടിത്തം ആരംഭിച്ചു.

ഒടുവിൽ എന്റെ ചോറ്റുപാത്രം നിറയെ മീനിനെ പിടിച്ചു...കൊറേ നേരം മീനുകളെ കൈക്കകത്ത് പിടിച്ചുവച്ച് ശ്വാസം മുട്ടിച്ചു രസിച്ചു.. എന്തൊരു വഴുവഴുപ്പാ ഈ മീനുകൾക്ക്... കയ്യിലിട്ട് തിരിച്ചും മറിച്ചും ഞെക്കിയും അവറ്റകളുടെ ഭംഗി ആസ്വദിച്ച് മതിയായപ്പോൾ... പതുക്കെ ചോറ്റുപാത്രം അടച്ച് ഞാൻ ക്ലാസിലേക്ക് നടന്നു.

തികച്ചും ശ്മശാന മൂകത...!!

മൈതാനിയിൽ നിന്നും വരാന്തയിലേക്ക് നടന്നെത്തി...

എന്താണിവിടെ സംഭവിച്ചത്?

ആദ്യത്തെ ക്ലാസ് മുറിയുടെ വാതിലിൽ കൂടെ അകത്തേക്ക് എന്തി നോക്കി തരിച്ചു നിന്നു...

ഉച്ചക്കു പതിവുള്ള ആ മണിയടി ഇന്ന് ഞാൻ എന്തേ കേട്ടില്ലാ...?

തോട്ടിലെ വെള്ളത്തിന്റെ ഇരമ്പൽ എന്നെ മീനുകളിൽ മാത്രം ആകർഷിച്ച് നിർത്തി..

എന്നാലും...! ഞാൻ കേക്കാണ്ട് പോയല്ലോ..!

അല്പം വെപ്രാളത്തോടെ മൂന്നാം ക്ലാസിന്റെ മുമ്പിൽ ഞാൻ എത്തപ്പെട്ടു.

ക്ലാസ്സിലേക്ക് നോക്കിയതും ജോസ്മാഷിന്റെ അലർച്ച കേട്ടതും ഒന്നിച്ചായിരുന്നു...

ദേഷ്യത്തോടെ പുറത്തേക്കിറങ്ങി വന്ന് എന്നെ ചോദ്യം ചെയ്യൽ ആരംഭിച്ചു..

വിക്കിയ കള്ളങ്ങൾ പിടിക്കപ്പെട്ടു!

അതെ... ഇനി കീഴടങ്ങൽ മാത്രം...

കയ്യിലെ പാത്രവും നനഞ്ഞ കുപ്പായവും ചോദ്യം ചെയ്യൽ അവസാനിപ്പിച്ചു.

എന്റെ മീനുകളെ പിടിച്ചെടുത്തിരിക്കുന്നു... നിറഞ്ഞ കണ്ണുകൾ മാഷ് ശ്രദ്ധിച്ചതേയില്ല. പാത്രം തുറക്കാൻ മാഷ് കിണഞ്ഞ് ശ്രമിച്ചു.

അവസാനം ഭിത്തിയിൽ മുട്ടിയാണ് പാത്രം തുറന്നത്.

മണ്ണിലേക്ക് മീനുകളെ എറിഞ്ഞ് കളയുമ്പോഴും പാത്രം അടച്ച് കയ്യിൽ തന്നപ്പോഴും എന്റെ നോട്ടം മാഷിന്റെ നീളൻ ചൂരലിലേക്ക് ആയിരുന്നു.

ചുവപ്പും നീലയും ടേപ്പ് ചുറ്റിയ വടി എനിക്കു നേരെ അന്ന് പതിവിലും വേഗത്തിലും ശക്തിയിലും പതിച്ചു..

കരച്ചിലിന്റെ ഇടയിൽ മാഷെന്നോട്

“ഊത്ത പിടിക്കാൻ ആണൊ ഉസ്കൂളിൽ വരുന്നതെന്ന്...” നീട്ടി ചോദിച്ചപ്പോൾ കഷ്ടപ്പെട്ട് ഞാൻ പിടിച്ചതെല്ലാം തവളക്കുഞ്ഞുങ്ങൾ ആണെന്ന സത്യം പൊള്ളുന്ന വേദനയോടെയാണ് അന്ന് മനസ്സിലാക്കിയത്...

ഇന്നും ഓരോ തവളക്കുഞ്ഞിനെ കാണുമ്പോഴും മനസ്സിൽ പറയും:

നിന്റെ ബാല്യം എന്റെ ഈ കൈക്കുള്ളിലായിരുന്നെന്ന്!

●

മിഠായിക്കരാർ

അഞ്ചാം വയസ്സിൽ ഒറുപ്പികയ്ക്ക് കടം പറഞ്ഞ് തുടങ്ങിയ ജൈത്ര യാത്രക്ക് ഇന്ന് 30 വയസ്സ്.

പ്രൈമറി സ്കൂൾ അധ്യാപികയുടെ അച്ചടക്കമില്ലാത്ത പുത്രിയായിരുന്നു കഥാനായിക.(അതായത് ഈ ഞാൻ തന്നെ).ചെറുപ്പത്തിൽ പരിചരിക്കാൻ ആളെ കിട്ടാഞ്ഞതുകൊണ്ടാവണം ഒന്നാം ക്ലാസിലേക്ക് അല്പം നേരത്തെ തന്നെ അമ്മയുടെ കൈ പിടിക്കേണ്ടി വന്നു.

വിദ്യയോടുള്ള അവജ്ഞ അന്ന് തുടങ്ങിയതാണ്.ആകക്കൂടി കിട്ടിയ ഗുണം മുതിർന്ന ക്ലാസുകളിലെ ചേച്ചിമാരുടെ ഇടക്കിടെയുള്ള സന്ദർശനമാണ്.ടീച്ചറിന്റെ പുത്രിയോടുള്ള സ്നേഹസമ്മാനം കൈ നിറയെ മിഠായികളായി.

മിഠായിയോട് അന്നും ഇന്നും എനിക്ക് ഒരേ വികാരം തന്നെ... (പച്ച മലയാളത്തിൽ ആക്രാന്തമെന്നു തന്നെ പേരിടാം) ലൊട്ടുലൊഡുക്ക് മിഠായികൾ കഴിക്കാൻ പാടില്ല എന്ന കർശനമായ ശാസന പിന്നീട് ചേച്ചിമാരെ എന്നിൽ നിന്നും അകറ്റി.

വെളുത്തകുഞ്ഞ് അപ്പൂപ്പന്റെ പെട്ടിക്കടയിൽ നിന്നും തേൻ മിഠായിയും പാൽക്കട്ടിയും വാങ്ങി നടന്നകലുന്ന ചേച്ചിമാരെ ദൂരെ നിന്നും കണ്ട് കൊതി അടക്കാൻ മാത്രമേ പിന്നെയെനിക്ക് സാധിച്ചുള്ളൂ.

രാവിലെ അമ്മയ്ക്കൊപ്പം സ്കൂളിലേക്ക് നടക്കുമ്പോൾ കടയിലേക്കുള്ള നോട്ടം തടയാൻ കൈക്ക് പിടിച്ച് വേഗം കൂട്ടുന്നത് പതിവായിരുന്നു.

അങ്ങനെയിരിക്കെ ഒരു ദിവസം സ്കൂളിലേക്ക് കണ്ണൻ (ചേട്ടൻ) ആണ് എന്നെ അനുഗമിക്കുന്നതെന്ന് മനസ്സിലാക്കിയ ഞാൻ കുടുക്കയിൽ നിന്നും കഷ്ടപ്പെട്ട് ഒരു രൂപ മോഷ്ടിച്ചു.(കന്നി മോഷണം)

അന്ന് ഞാൻ സന്തോഷം കൊണ്ട് സ്കൂളിലേക്ക് ഓടിയെത്തി.. അമ്മ യില്ലാത്ത തക്കത്തിന് സ്കൂൾഗ്രൗണ്ടിലൂടെ ക്ലൂടെ ഒരു രൂപയും പിടിച്ച് കേമിയായി വെളുത്തകുഞ്ഞ് അപ്പൂപ്പന്റെ കടയെ ലക്ഷ്യം വച്ച് ആഞ്ഞു നടന്നു. അടുത്താണെങ്കിലും ആ നടത്തം പേടി കൊണ്ട് എത്താത്തതു പോലെയാണ് എനിക്ക് തോന്നിയത്.നടന്നു നടന്ന് ഒടുവിൽ ഞാനാ മഹാസന്നിധിയിൽ...!

നിരത്തി വച്ച ഭരണികൾക്കുള്ളിലാകെ എന്റെ ഉണ്ടക്കണ്ണുകൾ തിളങ്ങി.ഓരോ ഭരണിയിലും ഞാൻ കൊതിയോടെ ഉറ്റുനോക്കി വെള്ള മിറക്കി നിന്നു.

തിരക്ക് ഒഴിഞ്ഞപ്പോൾ അപ്പൂപ്പനെ നോക്കി ഓരോ ഭരണിയിലേക്ക് ചൂണ്ടി പലതരം നിറങ്ങളുള്ള മിഠായികളെ പൊതിഞ്ഞ് വാങ്ങി.അപ്പൂ പ്പന്റെ കയ്യിലേക്ക് മോഷണമുതലായ ഒരു രൂപനാണയം കൈമാറി. തിരിഞ്ഞു നടന്ന എന്നെ കൈകൊട്ടി അപ്പൂപ്പൻ തിരിച്ചു നിർത്തിച്ചു. അന്നത്തെ ആ വിളിയും ആ രൂപവും ഇന്നുമോർക്കുന്നു.

മേടിച്ച മിഠായിക്ക് രൂപ രണ്ടായി പോലും.ബാക്കി ഒരു രൂപ വേണം. അതിനാണ് ആ പിൻവിളി

--ദുഷ്ടൻ --

ആശിച്ച് മേടിച്ച മിഠായിപ്പൊതി തിരികെ നൽകാൻ മനസ്സുവരാതെ വിഷമിച്ചു നിന്ന എന്നോട് അത് മോളെടുത്തോ എന്നു പറയുംവരെ ആ കാത്തുനില്പ് തുടർന്നു.ആ നില്പിന് അർഥമില്ലെന്ന് ഞാൻ വൈകാതെ തന്നെ മനസ്സിലാക്കി. അവസാനത്തെ ആയുധമെടുത്തു. വളരെ മനോ ഹരമായി ഒരു സെൽഫ് ഇൻട്രൊഡക് ഷൻ നടത്തി. ആ അപ്പൂപ്പൻ ഫ്ളാറ്റ്...

എന്തായാലും എന്റെ വിദ്യ ഏറ്റു...

കാത്തുനില്പ് വെറുതെയായില്ല..

പൊതിയും കൊണ്ട് നൂറേ നൂറിലാണ് ഞാനന്ന് സ്കൂളിലേക്ക് ഓടിയത്.

ബാക്കി പൈസ നാളെ കൈമാറാം എന്നൊരു കരാറും ഒപ്പുവച്ചാ യിരുന്നു മടക്കം...

ഒഴിഞ്ഞ വരാന്തയും മൂത്രപ്പുരയുടെ പിന്നിലെ പൊന്നാങ്കുരുവി സങ്കേതവുമായിരുന്ന മിഠായിത്തീറ്റയ്ക്ക് ഞാൻ തെരഞ്ഞെടുത്തിരുന്നത്.

ആസ്വദിച്ച് അത് മുഴുവൻ തിന്ന് തീർത്തപ്പോൾ പരിസരമാകെ മറന്നു. ഒരു രൂപാ കടവും മറവിക്ക് കൈമാറി.

ദിവസങ്ങൾ കടന്നുപോയി. ഒരു ദിവസം കണ്ണനെ കയ്യോടെ പിടിച്ച് വെളുത്ത കുഞ്ഞ് അപ്പൂപ്പന്റെ എൻട്രിയായിരുന്നു, സ്കൂളിലേക്ക്. മിഠായി കിട്ടാനായി കുടുംബചരിത്രം നന്നായി വിശദീകരിച്ചു കൊടുത്തത് അബദ്ധമായെന്ന് മനസ്സിലായി. പേടിച്ചരണ്ട് നിന്നതല്ലാതെ എനിക്ക് ഒന്നും പ്രതികരിക്കാൻ കഴിഞ്ഞില്ല - പാവം ഞാൻ.

പ്രതി ഞാനാണെന്ന് സാഹചര്യത്തെളിവുകളുടെ അടിസ്ഥാനത്തിൽ മനസ്സിലാക്കി, അമ്മ ഒരു രൂപ കൊടുത്ത് അപ്പൂപ്പനെ നൈസായി ഒഴിവാക്കി.അങ്ങനെ കുഞ്ഞാണെന്ന പരിഗണന തന്ന് അന്നത്തെ ആ ദാരുണ സംഭവത്തിൽ എന്നെ ഉപദേശിച്ചുവിട്ടു...

മിഠായി തിന്നുകഴിഞ്ഞതു കൊണ്ടാവാം, പശ്ചാത്തപിച്ചേക്കാം എന്ന ഒരു തോന്നൽ മനസ്സിൽ മിന്നി മറഞ്ഞത്.

●

ഒരു ട്യൂഷൻ യാത്ര

ചെറുപ്പം മുതൽ കുരുത്തക്കേടിനു ക്ഷാമം ഇല്ലാത്തതു കൊണ്ട് ഞാനെന്നും അമ്മക്ക് ഒരു തലവേദനയായിരുന്നു..

അഞ്ചാം ക്ലാസിലെ മുഖ്യറൗഡി ആയി ഓടി നടന്ന സമയം...

ദിനംപ്രതി പരാതിയുമായി എൽ.പി. സ്കൂളിൽ അമ്മയെ കാണാൻ ആരൊക്കെയൊ വന്നു പോകും.

പതിവുപോലെ ക്ലാസ് വിട്ട് ഞാൻ സ്റ്റാഫ് റൂമിലെത്തി... അമ്മയുടെ മുഖത്ത് അന്ന് എന്നെ കണ്ടതായ ഭാവം പോലും ഇല്ല.

ചെയ്തു കൂട്ടിയ കാര്യങ്ങൾ ഞാൻ തന്നെ ഒന്ന് അവലോകനം ചെയ്തു... കുറ്റകൃത്യങ്ങൾ ഒരു പാട് മിന്നി മാഞ്ഞു.

ക്ലാസിലെ മറ്റൊരു വില്ലനായ ജിന്റോ യുടെ കൈ ബെഞ്ചിനിടയിൽ വച്ച് ഞാനൊന്ന് ഞെരുക്കിയിരുന്നു. അതായിരുക്കുമൊ, ഭഗവാനെ.

എന്തുതന്നെയായിരുന്നാലും അന്ന് അമ്മ എന്നോട് ഒരക്ഷരം മിണ്ടാതെ വേഗത്തിൽ ഇറങ്ങി...

ഓട്ടോയിലായിരുന്നു വീട്ടിലേക്കുള്ള യാത്ര.സൈഡ് സീറ്റിൽ ഗമയ്ക്കങ്ങനെ ഇരുന്ന് കാഴ്ചകളാസ്വദിച്ചു.

പെട്ടെന്നാണ് ഞാൻ ശ്രദ്ധിച്ചത് എന്നും കാണുന്ന കാഴ്ചകളിൽ നിന്നും വ്യത്യസ്തമായ പുതിയ കെട്ടിടങ്ങളും വീടുകളും ദൃശ്യമായി.

ഒടുവിൽ ഒരു വല്യവീടിന്റെ മുമ്പിൽ ഓട്ടോ ചെന്നു നിന്നു...

ആ വീടെനിക്ക് ഒരു പാട് ഇഷ്ടമായി.

കാരണം, വീടിന്റെ പാതി ഭൂപരപ്പിനു താഴെയാണ്.റോഡിൽ നിന്ന് നോക്കിയാൽ ഒറ്റനിലവീടായേ തോന്നൂ.

അകത്ത് കയറിയാലേ ഗുട്ടൻസ് പിടി കിട്ടൂ.അല്ലെങ്കിൽ വീടിന്റെ പിൻവശത്തു നിന്ന് നോക്കണം, പൂർണമായി ദർശിക്കാൻ. സ്കൂളിലെ മറ്റൊരു അധ്യാപികയായ രമണി ടീച്ചറുടെ വീടായിരുന്നു അത്...

അമ്മയും ടീച്ചറും എന്നെപ്പറ്റിയായിരുന്നു സംസാരം...

പിന്നീട് സംഭവിച്ചത്, അമ്മയെന്നെ അവിടെയേല്പിച്ച് വീട്ടിലേക്ക് പോയതാണ്.

ഞാൻ സങ്കടം കൊണ്ട് വീർപ്പുമുട്ടി. ഒരു വാക്കു പോലും പറയാതെ എന്നെ രമണി ടീച്ചറുടെയടുത്ത് ട്യൂഷനു ചേർത്തിട്ടു പോയ അമ്മയെ ഞാൻ വേദനയോടെ നോക്കി നിന്നു.

അങ്ങനെ ആദ്യമായി ഞാൻ ട്യൂഷൻ വിദ്യാർഥിയായി. ഇംഗ്ലീഷ് പരിജ്ഞാനം ആയിരുന്നു ഉദ്ദേശ്യം.

കൂട്ടിന് മറ്റു പല കുട്ടികളും അവിടെ ഉണ്ടായിരുന്നു. ഞങ്ങൾ വിശാലമായ റൂമിലിരുന്ന് പഠനം രസകരമാക്കി...

ചില്ലലമാരയിലെ കൗതുകം നിറഞ്ഞ പല സാധനങ്ങളും ടീച്ചറില്ലാത്ത നേരത്ത് ഞങ്ങളുടെ കൈളിൽ വിഹരിച്ചു...

എന്നെ ഏറെ ആകർഷിച്ചത് പല നിറത്തിലുള്ള, നല്ല സുഗന്ധമുള്ള തടിയൻമെഴുകുതിരികളായിരുന്നു.

ട്യൂഷനു പോകാൻ എന്നും എനിക്ക് ആവേശമായി.

ഓരോ തവണ പോകുമ്പോഴും ഞങ്ങൾ മെഴുകുതിരിയുടെ അറ്റവും വാലും പൊടിച്ചെടുത്തു കൊണ്ടേയി രുന്നു.മോഷണത്തിന്റെ സുഗന്ധം അങ്ങനെ എന്റെ ബാഗിന്റെ അകം നിറച്ചു.

ഒരു ദിവസം ചെന്നപ്പോൾ കൂട്ടുകാരെല്ലാം മൗനികളായി ഇരിക്കുന്നു...

പതുക്കെ ഞാൻ ചില്ലലമാരയിലേക്ക് കണ്ണോടിച്ചു.എന്റെ ഹൃദയം വിങ്ങിപ്പൊട്ടി.അതെ... കനത്തൊരു പൂട്ടിട്ട് ഞങ്ങളുടെ സന്തോഷത്തെ ബന്ധിച്ചിരിക്കുന്നു.

പിന്നീട് ശോകമൂകമായിരുന്നു ഓരോ ദിനവും..

ശെ...പൂട്ട് പൊളിക്കാൻകൂടെ പഠിക്കേണ്ടിയിരുന്നു..

നിരാശയുടെ നിഴൽ എന്നെ ബാധിച്ച നാളുകൾ.

ഒരിക്കൽ, അതിരാവിലെ തന്നെ ട്യൂഷനായി പുറപ്പെട്ടു.

ടീച്ചറിന്റെ വീടിന്റെ പിന്നിലൂടെ ആർത്തിരമ്പി ഒഴുകുന്ന പെരുന്നിലം പുഴയെ ഒന്ന് സന്ദർശിക്കുകയെന്നതായിരുന്നു അന്നത്തെ ഉദ്ദേശ്യം.

ഒഴുക്കിന്റെ ഇരമ്പൽ റോഡരികിൽവരെ കേൾക്കുമായിരുന്നു. കാണാൻ പല തവണ കൊതിച്ച ഇടമാണ്.

ഇത്തവണ രണ്ടും കല്പിച്ചിറങ്ങി. ടീച്ചറിന്റെ വീടിനരികിലെത്തി.

മുറ്റത്ത് മറ്റു കുട്ടികളുടെ ചെരിപ്പുകൾ വരിവരിയായ് അടുക്കി വച്ചിരിക്കുന്നു. ശ്വാസം അടക്കിപ്പിടിച്ച് ഞാൻ റോഡിനു നീളെ ഒറ്റ നടത്തം.

ആരും എന്നെ കണ്ടില്ല..

വലിയൊരു കടമ്പ അങ്ങനെ വളരെ സിംപിളായി കടന്നതിന്റെ അഹങ്കാരം.

നിറഞ്ഞു കവിഞ്ഞൊഴുകുന്ന ആ പുഴയെ ഞാൻ സന്തോഷത്താൽ ആശ്ലേഷിച്ചു. ആവേശത്തോടെ വെള്ളത്തിലിറങ്ങി കാലുകൾ നനച്ചു.

ഹായ് ശ്... എന്തൊരു തണുപ്പ്...!

ഈ പുഴ ഇതെവിടുന്നാണാവൊ വരുന്നത്?

ചിന്തിച്ചചിന്തിച്ച് പതിയെ മുകളിലേക്ക് ഞാൻ നടന്നു.

യാദൃച്ഛികമായി പുഴവക്കിൽ ഒരു കൂടിക്കാഴ്ച അരങ്ങേറി. എന്റെ കൂട്ടുകാരി അച്ചുവും ചിറ്റയും. പുഴക്കടവിൽ കുളിയും നനയും കുശാലായി നടത്തുകയാണവർ.

ഞാൻ ഓടി, അവർക്കരികിലേക്ക്. പുഴയോടുള്ള കൊതി സഹിക്കവയ്യാതെ ബാഗും യൂണിഫോമും ഊരി വച്ച് വെള്ളത്തിലേക്ക് ഒറ്റ ചാട്ടം. പ്ളും... കൂടെ മീൻപിടുത്തവും ഉഷാറാക്കി. (ഇത്തവണ ഊത്തയിൽ അല്ല കേട്ടോ... സ്പെഷിലൈസേഷൻ _ വാഴയ്ക്കാവരയൻ ആയിരുന്നു)

മീൻപിടുത്തവും കുളിയും തകൃതിയായി നടന്നു.

ആവേശത്തിനു വിരാമമിട്ടു കൊണ്ട് അതാ, ടീച്ചറുടെ വരവ്..

രാവിലെ ട്യൂഷനു വന്ന എന്നെ കാണാനില്ല എന്ന വിഷയം അന്വേഷിച്ചപ്പോൾ ചിറ്റ ഞങ്ങളെ ഒറ്റിക്കൊടുത്തു.

പിടിക്കപ്പെടലിന്റെ മറ്റൊരു രംഗം.

നീന്തി പുഴ കടന്നാലൊ..?

അതിനു നീന്തലറിയണ്ടെ!

പല ചോദ്യങ്ങൾ ഞാൻ എന്നോടു തന്നെ ചോദിച്ചു കൊണ്ടിരുന്നു.

പെട്ടന്നു തന്നെ യൂണിഫോമിലേക്ക് വേഷപ്പകർച്ച നടത്തി.

ഞാനും അച്ചുവും സ്കൂളിലെത്താൻ ഓടിയും നിരങ്ങിയും ഒക്കെ വെപ്രാളപ്പെട്ടു.

അവസാനം എത്തിപ്പെട്ടപ്പോൾ

ഒരു നീണ്ട ദീർഘ നിശ്വാസം..,

ഹാവൂ...

സുമോദ് മാഷായിരുന്നു ക്ലാസിൽ. കണക്കുകൾ കൊണ്ട് കണ്ണു തള്ളിക്കുന്ന വിദ്യ അറിയാമായിരുന്ന മാഷ്.

വാതിൽക്കൽ കണ്ണുമിഴിച്ചു നിന്ന ഞങ്ങളോട് ഒന്നും അറിയാത്ത ഭാവത്തിൽ ശാന്തമായി മാഷു ചോദിച്ചു :

എവിടെയായിരുന്നു, ഇതുവരെ?

നിഷ്കളങ്കമായ ചിരിയോടെ, മാഷിന്റെ മുഖത്തു നോക്കി നല്ലൊരു നുണ തട്ടി.

...കൊറച്ച്... കണക്ക്!...

അറിയാഞ്ഞിട്ടേ...!

ഒരു ട്യൂ..ഷനു... പോയതാ!!

മറ്റൊന്നും പറയാതെ... ഞങ്ങൾക്ക് നേരെ ഒരു ചിരി സമ്മാനിച്ച് മാഷ് ഞങ്ങളെ ക്ലാസിലേക്ക് എതിരേറ്റു.

പ്രതീക്ഷിച്ച ഒരടി മിസ് ആയിരിക്കുന്നു...

ഉള്ളംകൈ നോക്കി ഞാൻ സന്തോഷിച്ചു... മനസ്സിൽ എന്തെന്നില്ലാത്ത ഒരു കുളിർമ...

ബെഞ്ചിൽ ഇരുപ്പുറപ്പിച്ചില്ല, അതിനു മുമ്പെ മാഷ് ഹോംവർക്ക് കാണിക്കാൻ ആവശ്യപ്പെട്ടു.

നേരത്തെ മിസ് ആയതും ചേർത്ത് ഉള്ളംകയ്യിൽ പെടക്കണ രണ്ടടി പൊട്ടി.

...ഉള്ളംകയ്യിലെ കുളിർമ കൂടി...

വിങ്ങിപ്പൊട്ടി കരഞ്ഞുകൊണ്ട് ഞാൻ പറഞ്ഞു...

എനിക്കും രമണി ടീച്ചറിനും കണക്കറിഞ്ഞൂടാ, മാഷേ...

●

വിശപ്പ്

കോളേജിന്റെ പടികൾ കയറി ഞാൻ രണ്ടാം നിലയിലെ ഒരു ക്ലാസ് റൂമിലെത്തി. പരീക്ഷയുടെ പരക്കം പാച്ചിലിനും പിറുപിറുക്കലിനുമിടയിൽ ഗ്ളു ഗ്ളുഗ്ളു എന്ന ശബ്ദം കേട്ട് ക്ലാസിന്റെ മുൻ നിരയിൽ ഇരുന്നിരുന്ന കുട്ടികൾ എന്നെ നോക്കി അടക്കി ചിരിക്കുന്നു..

അതുകണ്ടപ്പോൾ.. വേഗം ഞാൻ ശ്വാസം അകത്തേക്ക് വലിച്ചുപിടിച്ചുനിന്ന് എല്ലാത്തിനേയും രൂക്ഷമായി ഒന്ന് നോക്കിപ്പേടിപ്പിച്ചു...

(ഒട്ടും രക്ഷയില്ല, വയറ്റിൽ ബഹളം തന്നെ ബഹളം)

പതിയെ ഞാൻ കുട്ടികളെ നോക്കി, ഒരു ഇളിഞ്ഞ ചിരിയോടെ പറഞ്ഞു...

രാവിലെ കഴിക്കാൻ നേരംല്ലാർന്നു... കുട്ട്യോളെ നിങ്ങൾ വേഗം പരീക്ഷക്ക് തയ്യാറായിക്കൊള്ളൂ.. എന്നുപറഞ്ഞ് രംഗം മാറ്റി വിട്ടു.

(യൂണിവേഴ്സിറ്റി എക്സാം നടക്കുന്ന ഹാൾ... എന്റെ ഇൻവിജിലേഷനും)

ചോദ്യം നൽകി ഞാൻ കുട്ടികൾക്കിടയിലൂടെ നടന്നു. അപ്പോഴും എന്റെ ഉള്ളിൽ വിശപ്പിന്റെ ഗ്ളു ഗ്ളു അണ പൊട്ടി.

പതുക്കെ വാച്ചിലേക്ക് നോക്കിയപ്പോൾ ഇനിയുമുണ്ട് മണിക്കൂറുകൾ

...ഗ്ളു ഗ്ളു...

ഹൊ! എന്തൊരു കഷ്ടാ ഭഗവാനെ, സമയം പോണില്ലല്ലോ, ന്ന് പ്രാകി...

അതിനിടയിൽ ചില വിരുതന്മാരുടെ അസാമാന്യ പ്രകടനങ്ങളും.

നോക്കിപ്പേടിപ്പിക്കൽ എന്റെ മാസ്റ്റർ പീസായിരുന്നു, കേട്ടോ! ഇത്തവണ അത് അസ്സലായി പാളിയിരിക്കുന്നു.

വിശപ്പിന്റെ അസഹനീയതയും എന്നെ കണ്ടിട്ടേയില്ല എന്ന ചിലരുടെ ഭാവവും എന്റെ നിയന്ത്രണം തെറ്റിച്ചു.

ഞാൻ ശക്തിയെടുത്ത് അലറി:

മുഹമ്മദേ... അറിയാവുന്നത് എഴുതീട്ട് എണീറ്റ് പോടാ..

ക്ലാസ് നിശബ്ദതയിലാണ്ടു. എല്ലാത്തിനേയും നോക്കി ദഹിപ്പിച്ചപ്പോ ഏകദേശം വിശപ്പും ശമിച്ച പോലെ...!

അപ്പോഴുണ്ട് എന്റെ പ്രിയപ്പെട്ട സിദ്ദിക്ക ക്ലാസ് റൂമിന്റെ വാതിൽ ക്കൽ എന്റെ ലീലാവിലാസങ്ങൾ കണ്ടാസ്വദിച്ച് നിൽക്കുന്നു...

സർ സയ്യിദ് കോളേജിൽ നിന്നും വിരമിച്ചിട്ടും ഇൻസ്റ്റിറ്റ്യൂട്ടിലേക്ക് സേവനം അർപ്പിച്ച എന്റെ പൊന്നിക്ക.

പിന്നാലെ സുനിതേച്ചിയും ഇത്തയും...

ചായയും ബിസ്കറ്റുമായിട്ടാണ് രണ്ടാളുടേയും വരവ്... സന്തോഷത്തി ന്റെ ആർപ്പുവിളി എന്റെ വയറ്റിൽ നിന്നും ഉയരുന്നത് ഞാൻ മാത്രം കേട്ടു!!

വീട്ടിൽ, പാർലെ ജി ബിസ്കറ്റ് തിരിഞ്ഞ് നോക്കാത്ത ഞാൻ..ഹാളിന്റെ പിന്നിൽ മാറി അത് മുഴുവനും നിമിഷനേരം കൊണ്ട് അകത്താക്കി.

ഹാവൂ... ആ ചായക്കും ബിസ്കറ്റിനും ഇത്രേം സ്വാദോ..!

ഒന്നൂടെ കിട്ടിയിരുന്നെങ്കിൽ എന്നുമാശിച്ചു...

ആ ചായയും നാലു പാർലെ ജി ബിസ്കറ്റും എന്നെ അമ്മയുടെ രാവിലത്തെ ഇഡ്ഡലിയെ ഓർക്കുവാൻ പ്രേരിപ്പിച്ചു. (അവിടേയും നൊസ്റ്റാൾജിയ).

ചെറുപ്പത്തിൽ എന്നെ ഇഡ്ഡലിയും സാമ്പാറും കഴിക്കാൻ ചുറ്റും കാവൽക്കാരെ ഏർപ്പാടാക്കി അടുക്കളയിലേക്ക് മടങ്ങിയ അമ്മയെ ഭക്തിസാന്ദ്രമായി പറ്റിച്ചത് മനസ്സിലേക്ക് ഓടിയെത്തി.

ഇഡ്ഡലിയുടെ മുന്നിൽ നിസ്സഹായതയോടെ ഇരുന്ന നിമിഷങ്ങൾ...!!

അച്ഛന്റേയും ചേട്ടന്റേയും ശ്രദ്ധ തെറ്റിയ നേരം...

(തിണ്ണയിൽ അച്ഛന്റെ കാവൽ, അടുക്കളയിൽ അമ്മയും. നൈറ്റ് പെട്രോളിങ്ങ് പോലെ എന്റെ ചുറ്റും കണ്ണനും)

തിന്നാനുള്ള മടിയാണെങ്കിൽ എന്നെ എണീറ്റ് ഓടാനും പ്രേരിപ്പിച്ചുകൊണ്ടേയിരുന്നു.

രണ്ട് ഇഡ്ഡ്ലിയും കയ്യിലെടുത്ത് ചുറ്റും സൂക്ഷ്മതയോടെ വീക്ഷിച്ച് ഒരു കള്ളനെ പോലെ ഞാൻ നീങ്ങി...

(ചെറുപ്പത്തിൽ എനിക്കിഷ്ടം കായംകുളം കൊച്ചുണ്ണിയെങ്ങാനുമായിരിക്കണം...)

ഒളിപ്പിക്കാൻ സ്ഥലം കാണുന്നില്ലല്ലോ... ഭഗവാനെ!

പൊടുന്നനെ അടുക്കളയിൽ നിന്നും ആ വിളി - ശ്രീക്കുട്ടി...

ഓരോ നിമിഷവും വിലപ്പെട്ടതായിരുന്നു. കണ്ണുകൾ ചുറ്റും പരതി.

ഒടുവിൽ എന്റെ മുന്നിൽ സാക്ഷാൽ ഭഗവാൻ പ്രത്യക്ഷപ്പെട്ടിരിക്കുന്നു...!!

മറിച്ചൊന്നും ചിന്തിച്ചില്ല; എല്ലാം അവിടുത്തെ ഹിതം...!

കണ്ണു ചിമ്മിയ നേരം കൊണ്ട് ഞാൻ ഇഡ്ഡ്ലി രണ്ടും പൂജാമുറിയിലെ കിണ്ടിയിലേക്ക് അങ്ങട് സമർപ്പിച്ചു..

ഭംഗിക്ക് കുറച്ച് പൂവും അതിലേയ്ക്കിട്ടു...

ന്നിട്ട് ഇഡ്ഡ്ലിയെ കാത്തുരക്ഷിക്കണേയെന്ന് മനസ്സറിഞ്ഞ് അങ്ങട് പ്രാർഥിച്ച് ഒന്നും അറിയാത്ത ഭാവത്തിൽ ഒറ്റയോട്ടം.

കള്ളത്തരത്തിന്റെ പല അവസ്ഥാന്തരങ്ങളും കണ്ടിട്ടുണ്ട്.പക്ഷെ ഇതാദ്യാ..എന്ന് ഞാൻ എന്നോടു തന്നെ പറഞ്ഞു...

മേശയ്ക്കരികിലേക്ക് ചെന്ന് വയറു നിറഞ്ഞതായ ക്ഷീണം അഭിനയിച്ചു.

(ഹൊ! വയറു ഫുൾ ആയി എന്ന ഭാവം മുഖത്ത്)... പാത്രം നോക്കി സംതൃപ്തിയോടെ അമ്മ അടുക്കളയിലേക്ക് മടങ്ങി.

അങ്ങനെ അമ്മയെ പറ്റിച്ച സന്തോഷത്തിൽ മുറ്റത്തേക്ക് കളിക്കാനോടി.

ദിവസങ്ങൾ കഴിഞ്ഞു..

പെട്ടെന്ന് അമ്മയുടെ നിലവിളി കേട്ട് ഞങ്ങൾ ഓടിക്കൂടി - (ഓടാനും മുന്നിൽ തന്നെ ഞാൻ ഉണ്ടായിരുന്നു കേട്ടൊ)

പൂജാമുറി വൃത്തിയാക്കാൻ ചെന്ന് കിണ്ടിയിൽ കയ്യിട്ട അമ്മയുടെ നിലവിളി ആയിരുന്നു ആ കേട്ടത്..

(ബലേ ഭേഷ്, പ്രാർഥന പാളിയിരിക്കുന്നു)

പൂപ്പൽ പിടിച്ച എന്തോ ഒരു വസ്തു...!

അത്ര മാത്രമേ തിരിച്ചറിയാൻ കഴിഞ്ഞിരുന്നുള്ളൂ.. (ശ്ശോ... എന്താ... ല്ലെ? ഇഡ്ഡലിയുടെ ശോചനീയത എന്നെ ദു:ഖത്തിലാഴ്ത്തി)

അമ്മയുടെ വിദഗ്ധ പരിശോധനയിൽ കിണ്ടിയിലെ വസ്തു ഇഡ്ഡലി യാണെന്ന നിഗമനത്തിലെത്തി.

പ്രതി കാഴ്ച ആസ്വദിച്ച് സ്ലീംഗ് ആയി നിന്നതു കൊണ്ട് വന്ന സ്പീഡിൽ തിരിച്ച് ഓടാൻ കഴിഞ്ഞില്ല.

അന്നു കൊണ്ട തല്ലിൽ എനിക്ക് വന്ന മാറ്റം - കിണ്ടി എന്ന ഇരട്ട പ്പേര് മാത്രം.

കൊച്ചുണ്ണിയിൽ നിന്നും മിസ്റ്റർ ബീനിലേക്കുള്ള പ്രയാണം...

പിന്നീട് പലപ്പോഴും കമ്പിളിക്കടിയിൽ നിന്നും ഏത്തപ്പഴവും, ഫ്ളവർ വെയ്സിൽ നിന്നും ലേഹ്യവും അലമാരക്കടിയിൽ നിന്നും ചെറുപയർ ബോളും അമ്മ കണ്ടെത്തി.

പേരുകൾ മാറി മാറി വന്നു.പക്ഷെ ഞാൻ മാത്രം മാറ്റത്തിന് പിടി കൊടുത്തില്ല.

രാവിലെ എനിക്കായി ആക്കി വച്ച പലഹാരം കഴിക്കാതെ പോന്നത് ആ വിശപ്പിന്റെ സ്വാദ് ഇത്രയും ഉണ്ടെന്ന് അറിയിക്കാനാകും, അല്ലെ...??

(നീണ്ട മണി ശബ്ദം) കുട്ടികളുടെ ബഹളം.അമ്മയെ ഓർത്ത് സമയം പോയത് അറിഞ്ഞില്ല.

●

മദ്യപാനി

കാലുകൾ ആലസ്യത്തിന്റേതായ താളത്തിൽ ചുവടുവച്ചപ്പോഴും, അരയിലെ മുണ്ട് ഊർന്ന് തുടങ്ങിയപ്പോഴും അയാൾ

ഇടംകയ്യിലെ പൊതി മുറുകെ പിടിച്ചിരുന്നു -തന്റെ മകൾക്കിഷ്ടപ്പെട്ട പലഹാരം.

മദ്യത്തിന്റെ ലഹരിയിലും മകൾക്കായുള്ള സ്നേഹപ്പൊതി ചേർത്തു പിടിച്ച് അയാൾ നടന്നു.

മങ്ങിയ വെളിച്ചത്തിൽ തപ്പിത്തടഞ്ഞ് അയാൾ തന്റെ കുടിലിലെത്താൻ ശ്രമിക്കുമ്പോഴും എവിടെ നിന്നോ ഒരു പിൻവിളി അയാളെ പിന്തുടർന്നു.

അച്ഛനേയും കാത്ത് ഉറങ്ങാതെ കാത്തിരിക്കുന്ന മകളെ കാണുവാൻ അയാളുടെ കാലുകൾ വേഗത്തിൽ ചലിക്കുവാൻ ശ്രമിച്ചു.

വിയർപ്പ് അയാളുടെ ശരീരം കുതിർത്തിരുന്നു..

പൊടുന്നനെ കാലുകൾ കുഴഞ്ഞ് അയാൾ നിലത്തേക്ക് പതിച്ചു. തൊണ്ട വരണ്ട് വെള്ളത്തിനായി പുളഞ്ഞു.

അതിന്റെ വെപ്രാളത്തിൽ കൈകാലുകൾ മണ്ണിലുരഞ്ഞ് ചോര പൊടിഞ്ഞു. അന്ധകാരം അവന്റെ വിഷമതകളെ മറ്റുള്ളവർക്ക് കാഴ്ച വസ്തുവാക്കാതെ തന്റെ കരിമ്പടത്താൽ പൊതിഞ്ഞിരുന്നു.

കണ്ണിൽ നിന്നും ഇറ്റുവീണ കണ്ണീരുപോലും കുടിക്കുവാൻ അയാൾ കിണഞ്ഞു.

മരണത്തിലേക്ക് കൂപ്പുകുത്തി നിന്ന് അയാൾ പറഞ്ഞു:

അച്ഛന്റെ നെഞ്ചിൽ തല ചേർത്തു ഉറങ്ങുന്ന കുഞ്ഞാണവൾ.

തന്റെ നെഞ്ചിലെ പാട്ട് കേൾക്കുവാൻ കഴിയാതെ, കാത്തിരിപ്പിൻ വേലി കെട്ടി കൊടുക്കുവാൻ കല്പിച്ച ഒരു മരണവും തനിക്കു വേണ്ട.

പിടയുന്ന ജീവനു വേണ്ടി കൂരിരുട്ടിൽ അയാൾ തന്നോടു തന്നെ പൊരുതി.

ജീവിക്കുവാൻ ഉള്ള കൊതിയല്ലായിരുന്നു അത്.

പരസ്പരം അലിഞ്ഞു ചേർന്ന വാത്സല്യത്തിന്റേയും സ്നേഹത്തിന്റേയും തിരിച്ചറി വായിരുന്നു.

തന്റെ കണ്ണുകൾ മലക്കം മറിഞ്ഞ് അന്ധകാരത്തിലേക്ക് ഇഴ ചേർന്നതയാൾ അറിഞ്ഞു.

കാലുകളുടെ പിടച്ചിലിൽ പൊടിഞ്ഞ ചോര അയാളിൽ നിന്നും അനുശോചനഭാവത്തിൽ ഒലിച്ചിറങ്ങി.

ആ കൈപ്പിടിയിൽ ആനന്ദനൃത്തം വച്ച ഒരു കൂട്ടം കുഞ്ഞനുറുമ്പുകളുടെ പ്രാർഥനയാവാം: ഒരു പ്രകാശം അയാൾക്കു നേരെ തെളിഞ്ഞു. ജീവിതത്തിലേക്കുള്ള മാധുര്യമേറിയ ഒരു തിരിച്ചുവരവ്...

●

ആരുടെ നിലവിളി

സരസമ്മ ടീച്ചറുടെ വീട്ടിൽ കണക്കിനോടുള്ള അമിത കമ്പം മൂലം ട്യൂഷനു പോയ ഒരു ദിവസം, സന്ധ്യയായതിനാൽ അന്നത്തെ പഠിപ്പ് നിർത്തി ടീച്ചറോട് യാത്ര പറഞ്ഞ് ഇറങ്ങി...

(കണക്കിൽ ആനമുട്ടയാണ് ചിരകാലം. ടീച്ചറു സൂല്ലിട്ട് പറഞ്ഞ് വിട്ടതാണ്, സത്യത്തിൽ) കുറച്ചുദൂരം ചെന്നതും പിന്നിൽ നിന്നും ഒരു മുരൾച്ച...

തിരിഞ്ഞു നോക്കിയതും എന്നെ ലക്ഷ്യം വച്ച് നിൽക്കുന്ന ഒരു കറുമ്പൻ നായയേയാണ് കണ്ടത്...!

എന്റെ നെഞ്ചിൽ നിന്ന് എന്തോ ഒന്ന് പറന്ന് പോയ അവസ്ഥ.

അതുകൊണ്ട് തന്നെ ഇക്കുറി നൂറേ നൂറിലുള്ള ഓട്ടം നടപ്പാവില്ല.

കണ്ണുചിമ്മിയ നിമിഷത്തിനിടെ നായ എന്റെ കാലുകൾക്കിടയിൽ പാഞ്ഞെത്തി.

കിട്ടി -

കടി കിട്ടി.....!

പതുക്കെ കണ്ണു തുറന്ന് കാലിലേക്ക് നോക്കി -

ഇല്ല,

ഒന്നും സംഭവിച്ചിട്ടില്ല!

ചിന്തിച്ച് നിൽക്കാൻ നേരമില്ല;

വേഗം എന്തെങ്കിലും ചെയ്തേ പറ്റു. എന്റെ തലയിൽ പൊടുന്നനെ ഒരു ബുദ്ധിയുദിച്ചു.

ഏത് കാല്ല് കടിക്കും എന്ന കൺഫ്യൂഷനിൽ നിന്ന നായയെ

കിടിലനൊരു പൂഴിക്കടകൻ നമ്പറിട്ട് ഞാനങ്ങു മലർത്തിയടിച്ചു..

ഒരു രക്ഷയും ഇല്ലാണ്ട് വന്നപ്പോ ആ അടവ് ഞാൻ പ്രയോഗിച്ച താണ്.

ഒന്നും നോക്കിയില്ല കണ്ണും പൂട്ടി അതിന്റെ പുറത്ത് കേറി അങ്ങ് ഇരുന്നു...!

(സൂവി സു വന്ന ലാ സുവന്ന ലാല സുവാനി പാട് തമ്മ രാമ ലാല അടി രാമലാല...)

നട്ടു തല്ലി നാലുകാലേൽ നായ വീണു. അതിന്റെ തല മണ്ണിൽ ചേർത്ത് പിടിച്ച് ഞാനലറി:

നായകൻ വില്ലനെ അടിച്ച് നിലം പരിശാക്കിയ ഫീൽ!

രക്ഷിക്കണേ,

രക്ഷിക്കണേ,

രക്ഷിക്കണേ...

●

പൂവൻ

വീടിന് പുറകുവശത്തായി നിന്ന പശുത്തൊഴുത്ത് അച്ഛന്റെ ഭാവനാപരമായ ആസൂത്രണത്തിന്റെ ബാക്കിപത്രമായി ഒരു ഫൈവ്സ്റ്റാർ കോഴിക്കൂടായായാണ് പിന്നീട് പ്രവർത്തിച്ചത്.

കോഴികൾ തിങ്ങിപ്പാർത്തും അടക്കം പറഞ്ഞും ഉരുമ്മിയും തമ്മിൽ പോരടിച്ചുമൊക്കെയായി ജീവിതം ജോറാക്കി..

തീറ്റയൊക്കെ തീർത്ത് തലയെടുപ്പിൽ കൊത്തിക്കൊറിച്ചങ്ങനെ ഇരിക്കുന്ന ഒരുച്ചസമയം.

കൂട്ടിൽ നിന്നു ഒരു കോഴിപ്പെണ്ണ് ഒച്ച കൂട്ടിപ്പറഞ്ഞു:

മുട്ട ഇട്ടിട്ടുണ്ടേ.. ഞാൻ രണ്ടു മുട്ട ഇട്ടിട്ടുണ്ടേ..

കോഴിപ്പെണ്ണിന്റെ പറച്ചിൽകേട്ടതും ഒന്നും നോക്കാതെ ഓടിപ്പാഞ്ഞ് അങ്ങ് കൂട്ടിൽ ചെന്ന് കേറി..

കോഴിക്കൂട്ടത്തെ വക വയ്ക്കാതെ മുട്ടക്കായി തിരഞ്ഞു.

ദാ, മുട്ടയിട്ടു ഒരു മൂലയിൽ മ്ലാന ഭാവത്തിൽ ഇരിക്കുന്ന തള്ളക്കോഴി..

അനുവാദം ചോദിക്കാൻ ഒന്നും നിന്നില്ല.. അല്പം അധികാരത്തോടെ മുട്ട പെറുക്കാനായി കുനിഞ്ഞു..

കുനിഞ്ഞ മാത്രയിൽ തകില് പുകില് ബഹളം.ഒന്നും പറയണ്ട,

തിരിഞ്ഞു നോക്കിയതും ഒരു പൂവൻകോഴി!

പിന്നെ.. എതിരാളിയെ കിട്ടിയ വില്ലന്റെ അവസ്ഥ ആയിരുന്നു എനിക്ക്.

തലങ്ങും വിലങ്ങും എന്നെ കൊത്തി. ചിറകിട്ട് അടിയും.

ന്റെ നിലവിളിയിൽ ഓടി വന്ന അച്ഛൻ ഒരു വടിയെടുത്തു പൂവനെ തലക്കടിച്ച ബോധം കെടുത്തി..

കൊത്തു മുഴവൻ വാങ്ങി കരഞ്ഞു തളർന്ന് ഇരുന്നപ്പോഴും കൈക്കുള്ളിലെ ചൂടൻമുട്ടയെ ഞാൻ നോക്കി..!

അനല്പമായ കൊതിയോടെ..

●

ഹൃദയത്തിന്റെ ഹരിശ്രീ

എ.പത്മനാഭൻ

ഓർമകൾക്ക് കവിതയുടെ മിഴിയാണ്.കണ്ണിൽ തൂക്കിയിട്ട കലണ്ടറിൽ നിന്നു വായിക്കാൻ കഴിയുന്ന ആയുസ്സിന്റെ വരികൾക്കെല്ലാം കാവ്യഭംഗിയുണ്ടാവും. ഓർമയും കവിതയും ഒരേത്തൂവൽ പക്ഷികളാവുന്നത് അവയുടെ ആത്മഭാവത്തിൽ മാത്രമല്ല, വിനിമയം ചെയ്യുന്ന ഭാഷാശില്പത്തിന്റെ മാന്ത്രികമായ ചാരുതയിലുമാണ്.അത്തരം സവിശേഷതകളോടെ കവിതയും ഓർമക്കുറിപ്പുകളും സഹജഭാവത്തിൽ ഒത്തുചേരുകയാണ് ശ്രീലക്ഷ്മിയുടെ 'കിരണം തുന്നിയ കൈലേസി'ൽ. വികാരത്തിന്റെ ബാലപാഠങ്ങളിലൂടെ എഴുത്തിന്റെ കാലം സഞ്ചരിക്കുമ്പോൾ അനുഭവങ്ങളുടെ ഭൂപടം തിരിഞ്ഞു വരുമെന്നും ഓർമകൾ രൂപഭംഗിയോടെ തെളിഞ്ഞു കാണുമെന്നും സരളമായി സാക്ഷ്യപ്പെടുത്തുകയാണ് ഈ കൃതി.

ഉള്ളടക്കത്തിൽ ഉൾപ്പെടുന്ന ഇരുപത് കവിതകളും പതിനൊന്ന് ഓർമക്കുറിപ്പുകളും നമ്മുടെ വായനയിലേക്കടുപ്പിക്കുമ്പോൾ അനുഭവിക്കാനാവുന്ന ഒരു സുഗന്ധമുണ്ട്. അത് ബാല്യത്തിൽ പ്രഭവകേന്ദ്രമുള്ള നവസ്വാതന്ത്ര്യത്തിന്റേതാണ്. പ്രകൃതിയിൽ ലയിക്കാനുള്ള അഭിവാഞ്ഛയുടേതാണ്. അതിന്റെ തുടർച്ചയായുള്ള കൗമാരത്തിനും യൗവനത്തിനുമൊക്കെ കവിതയുടെ ചുറ്റമതിൽ കെട്ടി കാഴ്ചകൾ സ്വകാര്യമാക്കുന്ന സർഗശീലവും കാണാം.

അത്തരത്തിലൊരാൾ തന്റെ ബാല്യത്തിലേക്കുള്ള കിളിവാതിൽ ആദ്യമായി ഈ കൃതിയിലൂടെ ലോകത്തിനു മുന്നിൽ തുറന്നു വയ്ക്കുന്നു. നിത്യബാല്യമാണ് ഈ രചനകളുടെ ഇരിപ്പിടം.

പുതുസ്വരത്തിൽ, പുതുഭാവുകത്വത്തോടെ, തനിമയാർന്ന ഭാഷാപ്ര കൃതത്തിൽ, വികാരത്തിന്റെ മൃദുലമായ സൂക്ഷ്മതയോടെ, സത്യത്തിന്റെ ചാരുതയിൽ, സ്വന്തംകയ്യൊപ്പിന്റെ വടിവോടെ, അത് നമുക്ക് കാണാം - കേൾക്കാം -വായനയുടെ ഹൃദയദളങ്ങളിൽ പകർത്താം. സ്മൃതിയുടെ അടയാളങ്ങൾ പൂക്കുന്ന ഋതുരേഖയിലൂടെയുള്ള ഒരു സഞ്ചാരമായി, ഒരു പൂർണ കവിതയെന്ന തോന്നലായി, നമ്മുടെ വായന അപ്പോൾ മാറിയിരിക്കും.

കുസൃതിക്കാലത്തേക്ക് കുതിക്കാനുള്ള ഒരു വഴി ഇവിടെ തുറന്നിട്ടി രിക്കുന്നു. ഓർമയുടെ അടിത്തട്ടിലേക്ക് നമ്മെ വഹിച്ചുള്ള യാനമായി ഊളിയിടുകയാണ് ശ്രീലക്ഷ്മി. തുഴച്ചിലിന്റെ ധ്വനിയാണ് എഴുത്തിന്.

സ്മൃതിനാവികതയാണ് ശരിക്കും വായനാനുഭവം. വായനക്കൊപ്പം കാണുകയും കേൾക്കുകയും ചലിക്കുകയും ചെയ്യാം. ഒപ്പം നമ്മുടെയൊ ക്കെ ബാല്യത്തെ നിരന്തരം കൊളുത്തി വലിച്ചു കൊണ്ട്..

ഒരിടത്തും സ്മൃതികളെ നിറംപിടിപ്പിക്കുന്നില്ല.

യഥാതഥമായ ദൃക്സാക്ഷ്യത്തിന്റെ വായ്മൊഴി പോലെ തുടരുന്നു.

പാഠശാലകൾ അതേകാലത്ത് കയറിയിറങ്ങിയ ആരൊരാൾക്കും ഇത് സ്വന്തം സ്കൂൾഡയറിയായേ തോന്നാനിടയുള്ളൂ. അത്രയും സൂക്ഷ്മ മായ പാദമുദ്രകളാണ് താളുകളിൽ.

'ഒരു മൂന്നാം ക്ലാസ് പെട' എന്ന അധ്യായം നോക്കൂ: 'കരച്ചിലിന്റെ ഇടയിൽ മാഷെന്നോട് -ഊത്ത പിടിക്കാനാണോ ഉസ്കൂളിൽ വരുന്ന തെന്ന് - നീട്ടി ചോദിച്ചപ്പോൾ കഷ്ടപ്പെട്ട് ഞാൻ പിടിച്ചതെല്ലാം തവള ക്കുഞ്ഞുങ്ങളാണെന്ന സത്യം പൊള്ളുന്ന വേദനയോടെയാണ് അന്ന് മനസ്സിലാക്കിയത്.ഇന്നും ഓരോ തവളക്കുഞ്ഞിനെ കാണുമ്പോഴും മനസ്സിൽ പറയും: നിന്റെ ബാല്യം എന്റെ ഈ കൈക്കുള്ളിലായിരു ന്നെന്ന്'

ക്ലാസ് മുറിക്കു സമാന്തരമായി സഞ്ചരിച്ച് പ്രകൃതിയെന്ന പാഠശാല പൂർത്തീകരിച്ച ഒരു കുട്ടിക്കു മാത്രമേ ഇങ്ങനെയൊരു മനസ്സ് പ്രതിഫലി ക്കൂ.. ഈയൊരു പാഠമാണ് കൃതിയുടെ മൊത്തം സാരാംശം.

ജയവും തോൽവിയും ഗൗനിക്കാതെ ജയത്തിന്റെ ഭേരിക്കും തോറ്റവരുടെ ചേരിക്കുമിടയിൽപെട്ട ഒരു കാഴ്ചക്കാരിയുടെ ഗതിഘടന

നർമചാതുര്യത്തോടെ കൃതി പകർത്തുകയാണ്. അനുഭവത്തിന്റെ ഇടവ ലങ്ങളിൽ കൃതി നേരിട്ടു രേഖപ്പെടുത്തുന്ന അനേകം സന്ദർഭങ്ങളുണ്ട്. അതിൽ വരച്ചിട്ട ഭൂപടങ്ങളൊന്നും അത്ര വിദൂരമല്ല.

ഓർമയുടെ അക്ഷാംശങ്ങളിൽ അതേ കാലപഥങ്ങളിലൂടെ കടന്നു പോയ വായനക്കാർക്ക് അവ തെളിഞ്ഞു കാണാം. ചില സംഭവങ്ങൾ വായിച്ചു പോകുമ്പോൾ, ഒരു കാര്യം കൗതുകമായി മാറുന്നു: അന്നത്തെ പ്രായം നിർണയാതീതമാണോ!

പലപ്പോഴും കഥാനായിക ഇവിടെ കുട്ടിയല്ലാതാകുകയാണ്. പുഴ ശൗര്യത്തോടെ ഇളകിമറിയുമ്പോഴും ധീരമായി അതിലിറങ്ങി നീന്തി ത്തുടിക്കുന്ന മൂന്നാം ക്ലാസ്സുകാരി! ഊടുവഴികളിലെ ഏകാന്തസഞ്ചാരി! വിദ്യാർഥികളെപ്പറ്റി പൊതുവെ സ്കൂൾ കുട്ടികളെന്നോ കോളേജ് കുമാര ന്മാരെന്നോ ഒക്കെയാണല്ലോ പറച്ചിൽ.

യുവകോമളന്മാരായിട്ടുകൂടി കോളേജ് വിദ്യാർഥികൾക്കു പൊതുവെ കൗമാരപ്പട്ടമാണ് ചാർത്താറുള്ളത്. അരശതകം കടന്ന രാഷ്ട്രീയക്കാ രെയൊക്കെയാണ് യുവനേതാക്കളായി താലോലിക്കാൻ നമ്മുടെ നാട്ടുവഴക്കത്തിന് പ്രിയം!

മുപ്പത് കഴിയുമ്പം തന്നെ പ്രായമേറിയെന്നും പറഞ്ഞ് പിന്മാറുന്നവ രാകും കളിക്കളത്തിൽ, പക്ഷെ. സിനിമാകമ്പോളത്തിലാവട്ടെ, അവിടെ വയസ് നിശ്ചലമാക്കാനുള്ള ബ്രഹ്മചമയങ്ങൾ സുലഭവുമാണ്..

ഇവയെല്ലാറ്റിനും മീതെയാണ് പ്രായത്തിനതീതമായ ചെറുപ്പത്തി ന്റെ ചേഷ്ടകൾ. അവരുടെ വഴിനടത്തങ്ങൾ കളങ്കരഹിതമാണല്ലോ. നിർഭയവും സത്യത്തിന്റെ സ്വാഭാവികപ്രകൃതവുമാണ്. അതിന്റെ ശേഷി ക്കുന്ന അടയാളങ്ങളായി ഈ കൃതിയിൽ നാട്ടുശ്ശീലത്തിന്റെ രുചിയും വാക്കുകളും ധാരാളമായി സ്ഥാനം പിടിച്ചതു കാണാം. ഓർമയുടെ കണിശം കൊണ്ടുകൂടിയാണ് എഴുത്തുകാരിക്ക് അതു സാധിതമാകുന്നത്. ഭൂതകാലത്തിന്റെ മൊഴിവഴക്കമാണ് ഈ കൃതിയുടെ ശാലീനത. ശബ്ദ പ്പഴമകൾ മാറ്റൊലിക്കുന്നതാണ് ഭാഷയുടെ ഉച്ചാരണഘോഷം.

ഭൂതകാലം നിശബ്ദമല്ലെന്ന് ഏറ്റവും നന്നായി തെളിയിച്ചു കാട്ടുന്നത് എഴുത്തുകാരാണല്ലോ. ഏകാന്തതയിൽ അവർ നിർമിക്കുന്ന തുരങ്കം ഭൂതകാലത്തിന്റെ അജ്ഞാതമായ ചുട്ടറവകളിൽ ചെന്നു ചേരുന്നു.

അഗാധമായ വികാരഭൂപടത്തിന്റെ രഹസ്യമർമങ്ങൾ സ്പർശിക്കുന്നു.

സ്വപ്നത്തിന്റെ വിപരീതങ്ങളിലൂടെ സഞ്ചരിക്കുന്ന ഭാവനകളുമായി എഴുത്ത് വിശുദ്ധമായി കണ്ണി ചേരുന്നു. പ്രപഞ്ചം എഴുത്തുകാരുടെ കൂടപ്പിറപ്പാണ്.

കാറ്റും സുഗന്ധവും പൂക്കളും പകലും നിലാവും അമാവാസിയുമൊക്കെ തങ്ങളോടൊപ്പം ലയിക്കുന്ന പ്രകാരത്തിലാണ് അവയോടുള്ള അവരുടെ രക്തബന്ധം. പ്രകൃതിയുടെ മറുപുറത്തേക്കുള്ള വിമോചനമാണ് അവരുടെ കവിത. ആ കവിതകളിൽ സംഭവിച്ചുകൊണ്ടിരിക്കുന്നത് പുതുഭാവനയുടെ തിളച്ചുമറിയലാണ്. കവിതയുടെ മുന്നിലൊരു ഘടികാരമുണ്ട്. സമയത്തിന്റെ വിപരീതങ്ങളാണ് അതിൽ അങ്കനം ചെയ്തിട്ടുണ്ടാവുക.

സ്വപ്നരൂക്ഷത അനുരോധിക്കാനുള്ള അവസാനത്തെ ആയുധം;

സമയത്തിന്റെ മറുപുറത്തേക്കുള്ള നീക്കം.

ടാഗോർ ഓർമപ്പെടുത്തിയപോലെ കവിത ആത്മാവിൽ കുരുങ്ങിയാൽ അവർ പിന്നെ സഞ്ചരിക്കുന്നത് കാലത്തിലാവില്ല...

ഒരേ പാളത്തിൽ ചലിക്കുമ്പോൾ സമയത്തെ വിഭജിക്കാൻ കഴിയുമോ എന്നുള്ള പ്രശ്നത്തെപ്പറ്റി ചിന്തിച്ചു നോക്കൂ.

ഭൗതികതയുടെ തലത്തിൽ അത് സാധ്യമാവില്ല. കാവ്യതലത്തിൽ ധാരാളം സാധ്യതകളുണ്ടുതാനും. സമയത്തിലല്ല സമയാതീതപരിസ്ഥിതിയിലൂടെയാവും ആ യാത്ര. ഇങ്ങനെയൊരു യാത്രയുടെ ഉത്തമമായ ഉദാഹരണമാണ് പ്രണയം. പ്രണയമെന്ന പദത്തെ നിർവചിക്കണമെങ്കിൽ ഓരോരുത്തർക്കും അവരവരുടെ സ്വന്തം ഭാഷയിലേ സാധിക്കൂ. ഒന്നിനെ മറ്റൊന്നുമായി സമീകരിക്കുന്നതിനേക്കാൾ, ഒരു പ്രണയത്തെ മറ്റൊന്നിൽ നിന്ന് വ്യത്യസ്തമാക്കുന്ന രാസഘടനയാണ് അവിടെ അനുവർത്തിക്കപ്പെടുന്നത്. 'കദളിപ്പെണ്ണ് 'എന്ന രചന വായിച്ചാൽ, മറുപടിയില്ലാത്ത പ്രണയമാണ് പ്രത്യക്ഷത്തിൽ കാണപ്പെടുന്നതെങ്കിലും പ്രണയപങ്കാളി പ്രകൃതിയുടെ വ്യത്യസ്ത പ്രതിച്ഛായകളായി പ്രതിഫലിക്കുന്നത് എഴുത്തുകാരി മാത്രം കാണുന്നു. കാരണം, പ്രണയത്തിന്റെ മറുകരയുടെ അവകാശിയാണവൾ. ഊഷ്മളമായ ഹൃദയത്തിന്റെ ഗന്ധവും സ്പർശവും സ്നേഹധ്വനികളും മാത്രമല്ല പ്രണയത്തിന്റെ സ്വകാര്യതകളിൽ ശേഷിക്കുക, ഒപ്പം മുറിവുകളുമുണ്ട്. പ്രണയത്തെ അഗാധമായി അടയാളപ്പെടുത്താൻ മറ്റേതിനേക്കാൾ ശേഷിയുള്ളതും മുറിവുകൾക്കാണ്.

'...ഒടുവിൽ അവളുടെ വെട്ടിയെടുത്ത ഇലക്കയ്യിൽ
ഇട്ടു കൊടുത്ത
ബലിച്ചോറിനു വേണ്ടി
ബഹളം വയ്ക്കുന്ന
കാക്കക്കൂട്ടങ്ങളെ കണ്ട്

അവൻ ദൂരേക്ക് പറന്നു...
ഒരു പാട് ദൂരേക്ക്...'
(കദളിപ്പെണ്ണ്)

ഊഷ്മളമായ സ്നേഹത്തിന്റെ അവസാനം തണുത്തതായിരിക്കുമെന്ന് സോക്രട്ടീസ് പറഞ്ഞത് തൊട്ടറിഞ്ഞുതന്നെയാണ്. ഹൃദയത്തിൽ ഒരേ സമയം പൂർണതയും അപൂർണതയും, സംതൃപ്തിയും അസംതൃപ്തിയും, പ്രവർത്തിക്കുന്നുവെന്നതാണ് പ്രണയത്തിന്റെ മൗലിക പ്രതിസന്ധി. 'രണ്ടു ഹൃദയങ്ങളാണെങ്കിലും ഒരു മിടിപ്പായി ജീവിക്കുമ്പോൾ സ്നേഹം അതിന്റെ പൂർണതയിലെത്തുന്നു' എന്ന ജോൺകീറ്റ്സിന്റെ വരികളുമോർമയിൽ വയ്ക്കാം. അപ്പോൾ നമ്മളറിഞ്ഞേ മതിയാവൂ - അസഹനീയമായ അപൂർണതയിലാണ് പ്രണയം പിടിച്ചുനിൽക്കുന്നതെന്ന സത്യത്തെ. പ്രണയാനന്തരസമയത്തിന്റെ ക്ഷതങ്ങളെ കൂടി കണക്കിലെടുത്തുള്ള ഭാവതലം ഏതു പ്രണയകവിതയ്ക്കും കൈവരും. വിശ്വപ്രശസ്തനായ കവി അഡോണിസ് ഇങ്ങനെ അതിനെ ചുരുക്കിയെഴുതിയിട്ടുണ്ട് :

'ദേശാടനം കഴിഞ്ഞു, വഴി ഒരു ശിലയായ കാമുകി' തീർഥാടനമായി നീട്ടിവരക്കുന്ന പ്രണയത്തിന്റെ വിശുദ്ധപഥം പൂരിപ്പിക്കുന്നതാണ് 'കാമുകി' യെന്ന അഡോണിസിന്റെ ഒമ്പതുവരി കവിത.

ഉന്മൂലനം ചെയ്യപ്പെട്ടാലും ഉന്മത്തതയോടെ പ്രതിഫലിക്കുന്ന പ്രണയത്തിന്റെ ഭാഷയാണ് എവിടേയും, കവിതയ്ക്കു സ്വതവേ ചേരുക. കവിത നിറവേറ്റുന്നതും അത്തരത്തിലൊരു വിശുദ്ധ സഞ്ചാരമാണ്. ആ വഴിയെപ്പറ്റി 'സമയം' എന്ന കവിതയിൽ അഡോണിസ് എഴുതി: 'വഴികളെല്ലാം ഭയക്കുന്ന ഒരു വഴി എന്നെ വശീകരിക്കുന്നു' അഡോണിസിന്റെ വരികളോടു കടപ്പെടുന്നതാണ് ഇവിടെ ശ്രീലക്ഷ്മിയുടെ 'സഞ്ചാരി' എന്ന കവിത:

'അവിടെയങ്ങനെ
ആ സഞ്ചാരി അപ്രത്യക്ഷനായി.
വഴികളെ
വീണ്ടും വീണ്ടും
പ്രേമിക്കുന്നവനായി'

നിശ്ചയമായും ആ വഴിയിലൂടെയാണ് നിത്യതയിലേക്കുള്ള പ്രയാണം. കവിത ആ യാത്ര തുടങ്ങുന്നത് സ്വന്തം ജൈവകോശങ്ങളിൽ നിന്നാണെങ്കിലും പ്രാണന്റെ പ്രാഥമിക സ്പന്ദനങ്ങളിൽ മുഴങ്ങുന്ന പ്രാചീനതയുടെ ചിറകടികൾ കവിതയെ പിന്തുടരുന്നുണ്ട്. സ്വന്തം ആയുസ്സിനെ

അവലംബിച്ച മാത്രം നിർവചിക്കപ്പെടുന്നവളല്ല, ഇവിടെ കവി. എഴുതുന്ന ഏതു വാക്കിനുമുണ്ട് അവളുടെ ഹൃദയവേരുകൾ.

'കാറ്റിൽ
ഇലഞ്ഞിപ്പൂവിന്റെ ഗന്ധമേറ്റ്,
കൊതിയോടെ
കരിയിലകൾ ചോദിച്ചു:
ചിരിക്കുമ്പോ എങ്ങനെയാ, ഡോ
തന്റെ കണ്ണിൽ തിളക്കം ഇണ്ടാവണെ?
ഇലഞ്ഞിപ്പൂവ്
നാണത്തോടെ പറഞ്ഞു:
ചിലരെ നോക്കി ചിരിച്ചാൽ ഇണ്ടാവുത്രെ!'
(തിളക്കം)

പ്രണയസംയോഗത്തിന് ശരീരങ്ങളാവശ്യമില്ല. ഒരാളുടെ പ്രതിബിംബം ശലഭങ്ങളുടെ രൂപത്തിലായാലും ശൂന്യതയുടെ സ്വരൂപത്തിലായാലും പ്രണയം സാക്ഷാത്കരിക്കപ്പെടും. ശൂന്യതയുടെ അനുബന്ധങ്ങളിലൂടെയാണ് കവിതയുടെ സഞ്ചാരം. ജീവിതത്തിനു മാത്രമല്ല, ജീവിതസ്പർശമറിയാത്ത ഭ്രാന്തിന്റെ പുറമ്പോക്കിനും ആ സഞ്ചാരപഥം അപരിചിതമല്ല. യാഥാർഥ്യത്തിന്റെ മുഖം മറച്ചു പിടിക്കാനുള്ള കല കവിതയ്ക്ക് സ്വതസിദ്ധമായുള്ളതിനാൽ കവിതയിൽ നമ്മൾ യഥാർഥ കാലമുദ്രകൾ അന്വേഷിക്കരുത്. അനുഭവപ്രപഞ്ചത്തിലെവിടേയും എന്നും പിണങ്ങിനിന്നതിന്റെ പാദമുദ്രകളും കവിതയുടേതാണ്.

പ്രഹേളികകളുടെ ശാരീരികത എന്നതിനൊപ്പം യാഥാർഥ്യത്തെ പ്രതിരോധിച്ചതിന്റെ കരുത്തു കൂടിയാണ് കവിത. കവിതകൊണ്ട് ഓർമകളുടെ പരിക്ക് മാറ്റുന്നതിലോ, സ്വപ്നലോകത്തിന്റെ ബഹിരാകാശം കീഴടക്കുന്നതിലോ, അനുഭവങ്ങളുടെ കൃത്രിമബീജം നിർമിക്കുന്നതിലോ, രക്തഭാഷകളെ തുലനം ചെയ്യുന്നതിലോ, ശില്പവ്യാകരണം ആർജിക്കുന്നതിലോ അടങ്ങുന്നതല്ല, കാവ്യപര്യവേഷണത്തിന്റെ പരിധി.

അതിലപ്പുറത്തേക്ക് വിക്ഷേപിക്കുന്ന സാംസ്കാരികപേടകത്തിന്റെ തീവ്രക്ഷമത കവിത ജ്വലിപ്പിക്കുന്നു. വരികൾക്കിടയിലെ അർഥവായനകളും ഭാവനകൾക്കിടയിലെ ധ്വനി നിരീക്ഷണങ്ങളും വിന്യസിച്ചുകൊണ്ടുള്ള നിത്യമായ സാംസ്കാരികപരീക്ഷണവും പരിണാമവുമായി കവിത ചലിക്കുന്നു. സമയബന്ധിതമല്ലാത്ത ഒരു ഘടികാരത്തിന്റെ പ്രതിപ്രവർത്തനമാണ് അടിമുടി കവിതയുടെ യുക്തി. ഈ പരീക്ഷണം കുട്ടിത്തത്തിന്റെ സ്വാതന്ത്ര്യത്തിനും കടിഞ്ഞാണിനുമിടയിൽ വട്ടംകറങ്ങിയ

സ്വന്തം ജീവിതഭ്രമണങ്ങളിൽ പ്രയോഗിച്ചതിലൂടെ സഫലമായതാണ് ശ്രീലക്ഷ്മിയുടെ ഈ സമാഹാരം.

ഓരോ രചനയും കൊച്ചുകൊച്ചു പരീക്ഷണങ്ങളാണ്. ഓരോ വാക്കിനുമുണ്ട് വിജയത്തിന്റെ ഗന്ധം. 'കാലങ്ങളുടെ നീണ്ട മന്ത്രവിദ്യ' (കുമ്മാട്ടിക്കൊരു കത്ത്) ഓരോ വാക്കിലുമടങ്ങിയിട്ടുണ്ട്. ഒടുവിൽ സ്വയം നഷ്ടപ്പെടുമെന്നറിയാതെ കാറ്റിനെപ്പോലെ എതിർദിശയിലേക്കുള്ള യാത്രയാണ് കുട്ടിത്തവും ഉന്നം വയ്ക്കുന്നത്. ആയുസ്സിന്റെ ദ്വന്ദ്വഘടനകളുടെ ആ കാഴ്ചയാണ് ഒരു യാത്രികയുടെ ദൃശ്യമായി 'ജനൽക്കാഴ്ചകൾ' കാട്ടിത്തരുന്നത്. ജാലകത്തിന്റെ അസന്തുലിതമായ ഇരുപുറമെന്നത്, വെറും കാഴ്ചകളല്ല പരസ്പരം നിറഞ്ഞു പൂരിതമാവാത്ത അഭിലാഷങ്ങളും സങ്കടങ്ങളും പ്രതീക്ഷകളും രതികാമനകളും മോഹമുറിവുകളും സംലയിക്കുന്ന ദൃശ്യമുഖം കൂടിയാണ്. ജനലിന്റെ ഇരുഭാഗത്തേയും ലോകങ്ങൾ 'ചലനം അറിയാതെ ഒഴുകിക്കൊണ്ടേയിരിക്കുന്നു'. ഓരോരോ ജീവിതങ്ങൾ തമ്മിലുള്ള സമാന്തരതയെ ഇതിലപ്പുറം ദാർശനികമായി എങ്ങനെ വിവരിക്കാൻ! പറന്നു മറയലാണ് പൊതുവെ കവിതയ്ക്കു വിഷയമാകുന്ന കാഴ്ച. നഷ്ടമാകുന്ന അനുഭവങ്ങളാണ് കവിതയുടെ പ്രത്യയശാസ്ത്രം. നഷ്ടബോധമാണ് കവിത്വം.

നേടിയാലും നേടാനാവാത്ത, പിടികിട്ടാത്ത വികാരസാഫല്യമാണ് കവിതയുടെ ഇന്ധനം. ആ തത്വം 'നഷ്ടം' എന്ന ഒരു കവിതയായി തന്നെ ഇവിടെ രൂപമെടുക്കുന്നു.

'അപ്രത്യക്ഷമാവും മുന്നേ
അവൾ ആർത്തിരമ്പി
നിധി വീണു കിട്ടിയ പോലെ
തന്റെ നെഞ്ചോടു ചേർക്കാൻ
ആയുന്ന കൊതിയിൽ
ചലനമറ്റ കാലുകൾ
അവൾക്കു വേണ്ടി വേഗത്തിലോടി
ഒരിക്കലും അടുക്കാനാവില്ല
അത്ര വേഗത്തിൽ'

വേഗത ഒന്നുകിൽ നമ്മെ അനുഭവത്തിൽ നിന്ന് പുറന്തള്ളുന്നു. അതല്ലെങ്കിൽ അതീതാനുഭവം സാക്ഷാത്കരിക്കുന്നു. ഈ വിപരീതദ്വന്ദ്വമാണ് കവിതയെ കുടിയിരുത്തുന്നത്. തൊടുക്കപ്പെട്ട ശരം കാവ്യസമാനമായ ഒരു രൂപകമാണ്. അതിന്റെ സ്വരൂപത്തേയും സ്ഥാനത്തേയും സമയത്തേയും ഉപേക്ഷിച്ചുള്ള കുതിപ്പിൽ വേഗതയുടെ റിഥം കൂടി പുറപ്പെടുവിക്കുന്നുണ്ട്.

ശരം മാത്രമല്ല, ശരം തൊടുക്കുന്നവരും ശരം കൊള്ളുന്നവരും കവികളാണ്. എയ്യുന്നവരുടെ ആക്രോശവും ഏറ്റുവാങ്ങുന്നവരുടെ ആർത്തനാദവും മാത്രമല്ല അതിന്നിടയിലെ ശരധ്വനിയും കവിതകളാണ്.ഒരു പക്ഷെ അതിൽ മികച്ച കവിത ശരധ്വനിയാവാം. അസ്ത്രത്തോളം ഹൃദയത്തിൽ തറച്ചു കയറുന്ന മറ്റൊരു കവിതയില്ലല്ലോ. ഖലീൽ ജിബ്രാൻ അത് ഓർമപ്പെടുത്തിയിട്ടുണ്ട് :

"ഹൃദയത്തിൽ തറച്ചു കയറിയ അസ്ത്രമാണ് കവിത. അത് അവിടത്തന്നെ നിലനിൽക്കുന്നതും വലിച്ചൂരുന്നതും ഒരേ വേദനയാണ്"

അത്തരത്തിൽ, നിസ്വനം സൃഷ്ടിക്കാൻ കഴിയുന്ന രചനാശേഷി ശ്രീലക്ഷ്മിയുടെ കവിത്വത്തിനുണ്ടെന്ന് ഈ പുസ്തകത്തിലെ രചനകൾ വിശ്വസിപ്പിക്കുന്നു. പെരുമ്മഴ മുഴുവൻ കൊണ്ടുതീർന്നാലും മരുഭൂമിയുടെ അടയാളമായി കത്തുന്ന നിഴൽരൂപമാണ് ഇതിലെ കാവ്യഭാവത്തിന്റെ പ്രതീകം. കവിതയ്ക്കും ഗൃഹാതുര നേരുകൾക്കുമിടയിലുള്ള ഒരു കടങ്കഥയിലാണ് ഈ എഴുത്തുകാരി മേയുന്നത്. അതാണ് കവിതയിൽ നിന്ന് നൊസ്റ്റാൾജിയ വേർതിരിക്കാനുള്ള എഴുത്തു കൂടി ഒപ്പം സംഭവിക്കുന്നത്.

കവിതകൾക്കൊപ്പം ചേർന്നു നിൽക്കുന്ന പതിനൊന്ന് കുറിപ്പുകളിൽ മിക്കവയിലും ശൈശവത്തിന്റെ ശീർഷാസനം കാണാമെന്നതാണ് കൗതുകകരമായ സംഗതി. ഹാസ്യാത്മക നുറുങ്ങുകളാക്കി അടുക്കി വച്ച ഓർമകൾ കഥയുടെ പാറ്റേണിൽ, ഹൃദ്യമായി, ഈ താളുകളിൽ പതിഞ്ഞു കിടക്കുന്നു. നർമബോധത്തിന്റെ ഇഴകളടുപ്പിച്ച് കൊച്ചു കൈലേസുകൾ തുന്നിയൊരുക്കിയിരിക്കുന്നു.

ഈ കൈലേസിലെ വർണഭാവങ്ങളിലേക്ക് വിമർശനബുദ്ധ്യാ കണ്ണോടിക്കുക പ്രയാസമാണ്. നൈസർഗികമായ ഭാവപ്രകാശമാണ് വരികളിൽ കാണാൻ കഴിഞ്ഞത്.അത് ആസ്വദിക്കുമ്പോൾ ഉറഞ്ഞുകൂടുന്ന അനുഭൂതി മറ്റൊന്നാണ്. തന്റെ ഒരു കാവ്യത്തെ ഖണ്ഡനപരമായി വിമർശിച്ച ചില നിരൂപകന്മാരോട് ഭവഭൂതി ഇങ്ങനെ പറഞ്ഞതായി വായിച്ചിട്ടുണ്ട്. "നിങ്ങളെപ്പോലെ ചിന്തിക്കുന്ന ആളുകൾക്ക് വേണ്ടിയല്ല ഞാനെഴുതുന്നത്".

അത്തരത്തിൽ കേൾക്കാതിരിക്കാൻ ഈ പ്രബന്ധം ഇതിലപ്പുറം നീട്ടുന്നില്ല. അടിവരയിടാൻ മട്ടിൽ ഒന്നു കുറിക്കട്ടെ: ഭാവോജ്ജ്വലമായ നർമങ്ങൾ നിരീക്ഷിക്കാനുള്ള ജീവിതവീക്ഷണം എഴുത്തുകാരി സ്വായത്തമാക്കിയതിന്റെ നേർസാക്ഷ്യമാണ് ഈ രചന.

●